നോവൽ

വിരലുകൾ

ജാഫർ ജമാൽ

ഗ്രീൻ ബുക്സ്

green books private limited
gb building, civil lane road, ayyanthole,
thrissur- 680 003, kerala, ph: +91 487-2381066, 2381039
website: www.greenbooksindia.com
e-mail: info@greenbooksindia.com

branches:
thrissur 0487-2422515
thiruvananthapuram 0471-2335301
calicut 0495 4854662

malayalam
viralukal
novel
by
jafar jamal

published september 2023

cover design : s. mahendra

printed in india
manipal technologies ltd

isbn : 978-81-19486-66-3

₹ 150.00
GBPL/1317/2023

ഗ്രീൻ ബുക്സ്

വിരലുകൾ

ജാഫർ ജമാൽ

തൃശ്ശൂർ ജില്ലയിലെ കുട്ടമംഗലത്ത് ജനനം.
പിതാവ്: ജമാൽ
മാതാവ്: നസീറ
വിദ്യാഭ്യാസം: ബി.കോം
ഇപ്പോൾ അജ്മാനിൽ ആമിന ഹെൽത്ത് കെയറിൽ അക്കൗണ്ടന്റ്.
Email: jafarjamal1991@gmail.com

സമർപ്പണം

എന്റെ എഴുത്തിൽ അച്ചടിമഷി
പുരളാൻ ആഗ്രഹിച്ച
വാപ്പയ്ക്കും ഉമ്മയ്ക്കും
ഗുരുഭൂതർക്കും
പ്രിയപ്പെട്ടവർക്കും.

സലീമയുടെ കാഴ്ചകൾ

ഓർക്കുകയായിരുന്നു അവൾ. ഒരു കാലത്തിന്റെ ചരിത്രം. മരുഭൂമിയുടെ, സിറിയയുടെ ചരിത്രഗാഥയിലേക്കൊരു പിൻതിരിഞ്ഞു നോട്ടം. അതിന്റെ ചരിത്രത്തിലേക്ക് കണ്ണോടിക്കുമ്പോൾ എന്തെല്ലാം ചിത്രങ്ങളാണ് ഉള്ളിൽ തെളിഞ്ഞു വരുന്നത്.

സിറിയൻ ചരിത്രം എന്ന പദം കൊണ്ട് ഇന്ന് സിറിയൻ അറബ് റിപ്പബ്ലിക് പ്രദേശത്തിന്റെ തട്ടകത്തിൽ സംഭവിച്ച കാര്യങ്ങളിൽ മാത്രം ഒതുങ്ങുന്നതാണ്. ഇപ്പോഴത്തെ സിറിയൻ അറബ് റിപ്പബ്ലിക് ക്രി.മു. പത്താം നൂറ്റാണ്ടിൽ നവഅസീറിയൻ സാമ്രാജ്യത്തിന് കീഴിൽ ആദ്യമായി ഏകീകരിക്കപ്പെട്ട പ്രദേശമാണ്. അസൂർ എന്ന പദത്തിൽനിന്നാണ് 'സിറിയ' എന്ന പേര് ലഭിച്ചത്. ഈ പ്രദേശം പിന്നീട് വിവിധ ഭരണാധികാരികൾ പിടിച്ചടക്കി, വിവിധ ജനങ്ങൾ താമസമാക്കി. 1945 ഒക്ടോബർ 24ന് സിറിയൻ ഒരു സ്വതന്ത്ര രാജ്യമായി ഉയർന്നുവന്നതായി കണക്കാക്കപ്പെടുന്നു.

ഡമാസ്കസ് തലസ്ഥാനമായി രൂപം കൊണ്ട സ്വതന്ത്രസിറിയയെ ഫ്രഞ്ചു സൈന്യം തകർത്തതിനെ തുടർന്ന് ഫ്രഞ്ചധീന സിറിയയുടെ തലസ്ഥാനമായി ഈ നഗരം മാറി. അടുത്ത പതിറ്റാണ്ടുകളിൽ ഈ പട്ടണം അറേബ്യൻ ദേശീയ പ്രസ്ഥാനത്തിന്റെ കേന്ദ്രമായി വർത്തിച്ചു. 1946ൽ സിറിയ സ്വാതന്ത്ര്യം നേടിയപ്പോൾ ഡമാസ്കസ് അതിന്റെ തലസ്ഥാനമായി പ്രഖ്യാപിക്കപ്പെട്ടു. മഹത്വപൂർണമായ ഭൂതകാലവും മക്കയിലേക്കുള്ള തീർഥാടകരുടെ നിർദ്ദിഷ്ട സങ്കേതം എന്ന സ്ഥാനവും ഇന്നും ഡമാസ്കസിന് ഒരു വിശുദ്ധ പരിവേഷം പ്രദാനം ചെയ്യുന്നു.

ബസ്സിലിരുന്ന് അവൾ ഓർക്കുകയായിരുന്നു.

അവൾ, ആ നഗരപ്രാന്തത്തിന്റെ മണ്ണിലൂടെയുള്ള യാത്രയിലാണ്. കണ്ണടച്ചിരുന്ന് സിറിയയുടെയും ഡമാസ്കസ്സിന്റെയും ചരിത്രപഥങ്ങളിലൂടെ മനസ്സ് പായവേ, സലീമ പെട്ടെന്ന് കണ്ണ് തുറന്നു.

ഡമാസ്കസ് നഗരത്തിന്റെ ഇടത്തെ വശത്ത് ഒരു ബോർഡ്. വിജനമായ ആ മരുഭൂമിയിലെ ആ ബോർഡിന് പിന്നിലൂടെ ദൂരെ നിന്നും വെളുത്ത ഒരു ബസ് വരുന്നുണ്ടായിരുന്നു. ആ ബോർഡിന് അടുത്തേക്കാണ് ബസ് അടുത്തകൊണ്ടിരുന്നത്. പൊടികൊണ്ട് മൂടിയ ബസ്സിന്റെ മുൻഭാഗത്തെ ഗ്ലാസിനു താഴെ രണ്ടു കറുത്ത കൊടികൾ കെട്ടിയിട്ടുണ്ടായിരുന്നു.

അറബിയിൽ എഴുതി വച്ച കൊടികളോടെ, ആ മരുഭൂമിയിലെ പൊടിപടലങ്ങളെ മുഴുവനും വഹിച്ചുകൊണ്ടെന്നപലെ 'ഡമാസ് കസ്' എന്ന് ദിശ കാണിച്ചിട്ടുള്ള ബോർഡിനെ മറികടന്ന്, ബസ് അതിൽ കാണിച്ച ദിശയിലേക്ക് നീങ്ങി.

വിജനമായ ആ മരുഭൂമിയിലൂടെ ബസ് ആ ബോർഡിന്റെ കാഴ്ച യിൽനിന്നും നീങ്ങിക്കൊണ്ടിരുന്നു.

ബസ്സിൽ നിറയെ ബുർഖയണിഞ്ഞ സ്ത്രീകളായിരുന്നു. അവ രുടെ കണ്ണുകൾ മാത്രമേ പുറത്തേക്ക് കാണാനാകുമായിരുന്നുള്ളൂ. ഏതാണ്ട് അൻപതോളം പേരാണ് അതിൽ ഉണ്ടായിരുന്നത്. ആരും ഒന്നും സംസാരിക്കുന്നില്ല എന്നു മാത്രമല്ല, ശ്വാസം വിടുന്നതു പോലും കേൾക്കാനാവുന്നില്ല. വിജനവും ഭയാനകവുമായ ആ ചുറ്റു പാട് വീക്ഷിച്ചുകൊണ്ടിരിക്കുകയായിരുന്നു അവരെല്ലാം. ആ യാത്ര യുടെയും കാഴ്ചകളുടെയും ഭീകരത അവരുടെയെല്ലാം കണ്ണുകളിൽ കാണാമായിരുന്നു. ചിലരുടെ കണ്ണുകൾ ചുമന്നിരുന്നു, മറ്റു ചിലരു ടേത് കരഞ്ഞു കലങ്ങിയതുപോലെ.

ഒരു സീറ്റിന്റെ വിൻഡോയുടെ അടുത്തു ചുമന്നതോ കലങ്ങി യതോ അല്ലാത്ത കണ്ണുകളുമായി അവൾ - സലീമ - ഇരുന്നു. എല്ലാവരെയുംപോലെ അവളും ആരോടും സംസാരിക്കാതെ ദൂരേക്ക് നോക്കിയിരിക്കുകയാണ്, പക്ഷേ സലീമയുടെ കണ്ണുകൾ നിറഞ്ഞിട്ടുണ്ട്, എന്നാൽ ഒരു തുള്ളി കണ്ണുനീർ താഴെ വീഴുന്നില്ല. കുറ്റബോധത്തിന്റെയോ നഷ്ടബോധത്തിന്റെയോ അഗാധമായ വിഷമം ആ കണ്ണുകളിൽ പേറുന്നപോലെ.

അവരുടെ എല്ലാവരുടെയും കാഴ്ചകൾക്ക് വിരാമിട്ടുകൊണ്ട്, ബസ് പഴയ ഒരു കോളേജ് പോലെ തോന്നിക്കുന്ന വലിയ ഒരു കെട്ടിടത്തിന്റെ മുൻപിൽ ചെന്നു നിന്നു. കെട്ടിടത്തിന്റെ കവാടം മുതൽതന്നെ തോക്കേന്തിക്കൊണ്ട്, മുഖം മറച്ച കാവൽഭടന്മാർ നിന്നിരുന്നു. യന്ത്രത്തോക്കുകൾ ഘടിപ്പിച്ച നിരവധി വാഹനങ്ങൾ അങ്ങിങ്ങായി കിടക്കുന്നുണ്ട്.

ബസ് നിന്നതും നിമിഷനേരം പോലും പാഴാക്കാതെ തോക്കേ ന്തിക്കൊണ്ട് ഒരാൾ ആ ബസ്സിലേക്ക് കയറി. എല്ലാവരും കാണെ സീറ്റിന്റെ മുൻപിലായി നിന്നുകൊണ്ട് അയാൾ ഇംഗ്ലീഷിൽ പറഞ്ഞു.

“എല്ലാവരും പുറത്തേക്കിറങ്ങുക.”

എല്ലാവരും അത് കേട്ടെങ്കിലും ആരും ഇരുന്നിടത്തു നിന്ന് അനങ്ങിയില്ല. അയാൾ എല്ലാവരേയും ഒന്നുകൂടി നോക്കി. സീറ്റുകളിൽ ആദ്യമിരുന്നവരെ മുതൽ അവസാനം ഇരുന്നവരെ വരെ അയാൾ മുഴുവനായും നോക്കി. തോളിൽ തൂക്കിയിട്ട തോക്കിൽ അടിച്ചു കൊണ്ട് അയാൾ വീണ്ടും ഉച്ചത്തിൽ പറഞ്ഞു.

“എല്ലാവരും പുറത്തേക്കിറങ്ങുക”

ഭയന്ന് എല്ലാവരും സീറ്റിൽ നിന്നും എഴുന്നേറ്റു.

അയാൾ കൈകൾകൊണ്ട് പുറത്തേക്കു പോകാം എന്ന് ആംഗ്യം കാണിച്ചു. ഉടനെ എല്ലാവരും ബസ്സിൽനിന്നും പതിയെ പുറത്തേക്ക് ഇറങ്ങാൻ തുടങ്ങി.

എല്ലാവരും ഇറങ്ങിയതും പുറത്തു നിന്നിരുന്ന ഒരു സ്ത്രീ അവരെ നയിച്ചുകൊണ്ട് കെട്ടിടത്തിനുള്ളിലേക്ക് നടന്നു. വരിവരിയായിയുള്ള അവരുടെ നടത്തം പഴയ ആ കെട്ടിടത്തിന്റെ പടികളിലൂടെ കയറി ക്ലാസ്മുറികൾ പോലെ തോന്നിക്കുന്ന മുറികൾക്കിടയിലൂടെ തുടർന്നുകൊണ്ടിരുന്നു. നടത്തത്തിനിടയിൽ പൊട്ടിയ ജനൽച്ചില്ലിലൂടെ ആ മുറികളിലേക്ക് അവർ നോക്കുന്നുണ്ടായിരുന്നു.

ബെഞ്ചും ഡസ്കും എന്തോ എഴുതിയത് പാതിമാഞ്ഞ ബോർഡും. അവിടമാകെ അലങ്കോലമായി കിടക്കുകയാണ്. അവിടെ മൂടിയില്ലാതെ ഒരു വാട്ടർബോട്ടിൽ കിടക്കുന്നത് സലീമ ശ്രദ്ധിച്ചു. കണ്ണുകൾ അവൾ പോലുമറിയാതെ അതിന്റെ മൂടി ഒന്ന് പരതിയപ്പോൾ, ദൂരെ ചുമരിനോട് ചേർന്ന് അത് കിടക്കുന്നതായി കണ്ടു. അത് കണ്ടപ്പോൾ എന്തോ ആശ്വാസമെന്നോണം അവൾ നോട്ടം മാറ്റി.

ആ കെട്ടിടത്തിന്റെ ചുവരുകൾക്കു അതിലെ ചായമല്ലാതെ മറ്റൊരു നിറംകൂടി ഉണ്ടായിരുന്നു. രക്തം തെറിച്ച നിറം. ചുവന്നതും അസഹനീയമായതുമായ ഗന്ധവും അവിടെ തങ്ങിനിന്നിരുന്നു. ഇരുട്ട് നിറഞ്ഞ ആ ഇടവഴിയെ അവൾ ഭയത്തോടെ വീക്ഷിച്ചു കൊണ്ടിരുന്നു. അവളുടെ ശരീരവും മനസ്സും മരവിച്ചിരുന്നു.

അവർ ചെന്നെത്തിയത് വിജനമായ വലിയ ഒരു ഹാളിലാണ് ഹാളിന്റെ അറ്റത്ത് ഒരു മേശയും കസേരയും ഇട്ടിട്ടുണ്ട്. അതിൽ ഒരു രജിസ്റ്ററും. എല്ലാവരും ആ ടേബിളിലേക്കും ബുക്കിലേക്കും നോക്കിനിൽക്കെ, അമ്പരപ്പോടെ നിന്നിരുന്ന എല്ലാവരുടെയും ഇടയിലൂടെ ഒരു സ്ത്രീ, ആരെയും ഗൗനിക്കാതെ കടന്നു വന്ന് ആ കസേരയിൽ ഇരുന്നു. എല്ലാവരും അവരുടെ ശ്രദ്ധയെ അവരിലേക്ക്

തിരിച്ചു, പക്ഷേ അവർ അതൊന്നും ശ്രദ്ധിക്കാതെ എന്തോ ആ രജിസ്റ്ററിൽ എഴുതാൻ തുടങ്ങി. അവരുടെ കൂടെ വന്ന സ്ത്രീ പുറത്തേക്കിറങ്ങി ഹാളിനു പുറത്തു നിന്നിരുന്നു അപ്പോഴേക്കും.

നിമിഷനേരത്തിനു ശേഷം എഴുത്തു നിർത്തി മുൻപിൽ തന്നെ നിന്നിരുന്ന സലീമയോട് ചോദിച്ചു.

“എന്താണ് നിന്റെ പേര്?”

അവരുടെ ചോദ്യം കേട്ടതും എല്ലാവരിൽ നിന്നും ഭയമോ അല്ലെങ്കിൽ നെടുവീർപ്പോ പുറത്തേക്കു കേട്ടു. കാരണം ആ സ്ത്രീയുടെ ചോദ്യം ഒരു പുരുഷന്റേതുപോലെ പരുഷമായിരുന്നു.

പേർ പറയാതായപ്പോൾ അവർ ചോദ്യം ആവർത്തിച്ചു. “എന്താണ് നിന്റെ പേര്?”

കുറച്ചുകൂടി പരുക്കത്തോടെയും കനത്ത ശബ്ദത്തിലുമാണ് വീണ്ടും ചോദിച്ചത്. എന്നാൽ അപ്പോഴും സലീമ ഒന്നും മിണ്ടിയില്ല. അവളുടെ മൗനം ആ സ്ത്രീയെ ദേഷ്യം പിടിപ്പിച്ചു. അവർ കസേരയിൽനിന്ന് ശബ്ദമുണ്ടാക്കിക്കൊണ്ട് എണീറ്റ് അവളുടെ അടുത്തു ചെന്ന് നിന്നു. അവളുടെ മുഖത്തിനടുത്തുതന്നെ ആ സ്ത്രീ നിന്നുകൊണ്ട് ബുർഖ മാറ്റി, രൂക്ഷമായി നോക്കിക്കൊണ്ട് കാർക്കശ്യത്തോടെ ചോദിച്ചു.

“എന്താണ് നിന്റെ പേര്, വയസ്സെത്രയാണ്?”

ഒരു നിമിഷത്തെ മൗനത്തിനുശേഷം ദേഷ്യത്തോടെ അവരുടെ കണ്ണിലേക്കു നോക്കിക്കൊണ്ട് അവൾ തിരിച്ചു ചോദിച്ചു.

“നിങ്ങൾ എന്തിനാണ് എന്റെ പേരും വയസ്സും ചോദിക്കുന്നത്?”

അവളുടെ ചോദ്യം ഇഷ്ടമാവാതെ, ആ സ്ത്രീ പരിഹാസഭാവത്തോടെ അവളെ നോക്കി ചിരിച്ചു. ശേഷം എല്ലാവർക്കും അഭിമുഖമായി നിന്ന് പറഞ്ഞു.

“ഞങ്ങൾക്കുവേണ്ടി ഇനി ഇന്നുമുതൽ നിങ്ങളെല്ലാവരും മരിക്കുവാനോ ജീവിക്കുവാനോ ഇവിടെ ജീവിക്കും.”

അവർ അവളുടെ മുഖത്തിന് നേരെതന്നെ വന്നു നിന്ന് വീണ്ടും ചോദിച്ചു. “പറയൂ, എന്താണ് നിന്റെ പേര്? വയസ്സെത്രയാണ്?

അവൾ അതിനു മറുപടി പറയാതെ ആ സ്ത്രീയോട് മറ്റൊരു ചോദ്യം ചോദിച്ചു.

“എനിക്ക് എന്റെ ഭർത്താവിനെ കാണണം. എവിടെയാണ് അദ്ദേഹം?”

വീണ്ടും പുച്ഛഭാവത്തോടെ അവർ പറഞ്ഞു. "അക്കാര്യം പറയാനാവില്ല." അവടെ നിന്ന് കൊണ്ടുതന്നെ അവർ ഉച്ചത്തിൽ എല്ലാവരോടുമായി പറഞ്ഞു. "എന്നാൽ ഒരു കാര്യം പറയാം. നിങ്ങളുടെ ഭർത്താക്കന്മാരെല്ലാം ഞങ്ങളുടെ ഏജന്റുകളാണ്."

ഇത് കേട്ടതും അവൾ ഒന്നും പറയാതെ നിശ്ചലമായി നിന്നു. അവളുടെ കണ്ണിൽനിന്നും കണ്ണുനീർ ഒഴുകാൻ തുടങ്ങി. മാത്രമല്ല, അവിടെയുള്ള എല്ലാവരുടെയും വിതുമ്പൽ ആ ഹാളിൽ കേൾക്കാൻ തുടങ്ങിയിരുന്നു. കണ്ണുനീർ വീണുകൊണ്ടിരുന്ന അവളുടെ കവിളുകളിൽ അവർ ബലമായി അമർത്തി.

വീണ്ടും പരിഹാസത്തോടെ ചോദിച്ചു. "നിനക്ക് നിന്റെ പേര് അറിയില്ലേ?"

അവൾ ഒന്നും പറയാതെ, സങ്കടംകൊണ്ട് അവരുടെ കൈകളെ കവിളിൽനിന്നും ശക്തിയോടെ തട്ടിമാറ്റി. അവർ ദേഷ്യത്തിൽ ആക്രോശിച്ചുകൊണ്ട് അവളുടെ മുഖത്തേക്ക് അടിച്ചു. വീണ്ടും വീണ്ടും അവർ അവളെ തല്ലി.

നിലത്തു വീഴുകയോ കരയുകയോ ചെയ്യാതെ അവൾ, അവരുടെ മുന്നിൽ ധൈര്യപൂർവ്വം അവിടെതന്നെ നിന്നു. അവളെ തല്ലുന്നതു കണ്ടു ബാക്കിയുള്ളവരെല്ലാം നിലവിളിക്കാൻ തുടങ്ങി. അപ്പോഴേക്കും ആ ശബ്ദം കേട്ടെന്നപോലെ തോക്കേന്തിയ ഒരാൾ ആ മുറിയിലേക്ക് ഓടി വന്നു. അയാളുടെ കൈയിലുണ്ടായിരുന്ന ചൂരൽ വാങ്ങി ആ സ്ത്രീ എല്ലാവരെയും അടിക്കാൻ തുടങ്ങി. അടികൊണ്ട് ആ മുറിയിൽനിന്ന് എല്ലാവരുടെയും കരച്ചിലിന്റെ ശബ്ദം അവർ നടന്നു വന്ന വരാന്തകളിലും വാട്ടർബോട്ടിൽ കിടന്ന ആ മുറിയിലുമെല്ലാം മുഴങ്ങിക്കൊണ്ടിരുന്നു. ആ കെട്ടിടത്തിന്റെ മുറികളിൽനിന്നും അവരുടെ കരച്ചിലുകൾ പ്രതിധ്വനിച്ചുകൊണ്ടിരുന്നു.

രാത്രി. വിജനമായ ആ മരുഭൂമിയെ ഇരുട്ടിനു മുഴുവനായും കീഴ്പ്പെടുത്താൻ കഴിഞ്ഞിട്ടില്ല. കടലുപോലെ പരന്നുകിടക്കുന്ന മരുഭൂമിക്കുമേൽ പൂർണ്ണചന്ദ്രൻ തിളങ്ങിനിന്നു. അവരെല്ലാവരും മുറിയിലെ തറയിൽ ഇരുന്നു. ആരും ഒന്നും പറഞ്ഞില്ലെങ്കിലും എല്ലാവരുടെയും തേങ്ങൽ അവിടെ നിറഞ്ഞിരുന്നു.

ആ മുറിയുടെ ചുമരിൽ മുകളിൽ വിൻഡോ എ.സി.യുടെ ഒരു വിടവുണ്ട്. ആ വിടവിലൂടെ നിലാവ് ആ മുറിയിലേക്കും പരന്നു. ഒഴുകുന്ന കണ്ണുകളോടെ സലീമ, പൂർണചന്ദ്രനെ നോക്കി കുറച്ചു നേരം ഇരുന്നു. നിലാവ് അവളുടെ കണ്ണിലേക്കും കയറി കണ്ണുനീരിനു തിളക്കം വരുന്നതുവരെ അങ്ങനെതന്നെ ഇരുന്നു.

പെട്ടെന്നായിരുന്നു ഒരു സ്ത്രീയുടെ ഭീകരമായ ശബ്ദം അവർ കേട്ടത്. കഠിനമായ എന്തോ വേദന അനുഭവിക്കുന്നപോലെയുള്ള ഒരു കരച്ചിലായിരുന്നു അത്. ശബ്ദം കേട്ടതും എല്ലാവരും പേടിച്ചു നിലവിളിച്ചുകൊണ്ട് പരസ്പരം അടുത്തിരിക്കുന്നവരെ കെട്ടിപ്പിടിച്ചും കൈകൾ കോർത്തുപിടിച്ചും ഇരുന്നു. അല്പനേരത്തിനു ശേഷം ആ നിലവിളി ഇല്ലാതായി. ചൂടുള്ള മണൽക്കാറ്റു വീശുന്ന ശബ്ദം അവരെല്ലാം കേട്ടു. ഭയംകൊണ്ടും കഠിനമായ ചൂടുകൊണ്ടും എല്ലാവരും വിയർത്ത് ഒഴുകാൻ തുടങ്ങി.

സലീമ തന്റെ തട്ടം ഊരി മുഖം തുടച്ചു.

ഇളക്കിമാറ്റിയ എ.സി. വിൻഡോയിലേക്ക് നോക്കിക്കൊണ്ട് അവൾ എല്ലാവരോടായി ശബ്ദമുണ്ടാക്കരുതെന്ന് ആംഗ്യം കാണിച്ചു. അത് രക്ഷപ്പെടാനുള്ള ഒരു സൂചനയാണെന്ന് എല്ലാവർക്കും പെട്ടെന്ന് മനസ്സിലായി. അതിലൂടെ നോക്കിയാൽ പുറത്തെ കാഴ്ചകൾ കാണാൻ പറ്റില്ലെങ്കിലും ഒരു സൺഷെയ്ഡ് കാണാമായിരുന്നു. അവൾ ഓരോരുത്തരെയായി ശബ്ദമുണ്ടാക്കാതെ അതിലൂടെ കയറ്റാൻ തുടങ്ങി. പരസ്പരം എടുത്തുയർത്തിയതും പ്രയാസപ്പെട്ടും എല്ലാവരും കയറി. അവസാനമായി അവളെയും എല്ലാവരും കൂടി കയറ്റി അവർ പുറത്തേക്കു കടന്നു ആ സൺഷെയ്ഡിലൂടെ പതിയെ നടക്കാൻ തുടങ്ങി. നിലാവിന്റെ വെളിച്ചത്തിൽ എല്ലാവരും ശബ്ദമുണ്ടാക്കാതെ, പതിയെ പേടിച്ചു വിറച്ചുകൊണ്ട് സൺഷെയ്ഡിലൂടെ നടക്കുകയാണ്. എല്ലാവരും നടന്നതിനുശേഷം താഴെയായിക്കണ്ട മണൽത്തിട്ടയിലേക്കു അവർ ഓരോരുത്തരായി ചാടാൻ തുടങ്ങി. അവരെല്ലാവരും താഴെയെത്തി.

അവൾ മുകളിൽനിന്നും നോക്കിയപ്പോൾ ദൂരെ ആ കോമ്പൗണ്ടിന്റെ ഒരു മതിൽ തകർന്നു കിടക്കുന്നതു കണ്ണിൽപെട്ടിരുന്നു. എല്ലാവർക്കും പുറത്തേക്കു കടക്കാനുള്ള വഴി അതാണെന്ന് മനസ്സിലാക്കി സലീമയും മുകളിൽ നിന്നും ചാടി ആ തകർന്ന മതിലിനെ ലക്ഷ്യമാക്കി ഓടാൻ തുടങ്ങി.

കാലുകൾ താഴ്ന്നു പോകുന്ന മണലിലൂടെ എല്ലാവരും പ്രയാസപ്പെട്ട് ഓടുകയാണ്. എല്ലാവരും ഓടിക്കിതച്ചുകൊണ്ട് ആ മതിലിന്റെ അടുത്തേക്കെത്താറായി. എല്ലാവരുടെയും പുറകിലായി സലീമയും ഓടുന്നുണ്ട്.

ആ മരുഭൂമിയിൽ മണൽ മാത്രമായിരുന്നില്ല ഉണ്ടായിരുന്നത്. കെട്ടിടത്തിന്റെ പൊളിഞ്ഞ അവശിഷ്ടങ്ങളും കൂർത്ത കല്ലുകളും ചിതറിക്കിടന്നിരുന്നു. അതിനെയെല്ലാം തരണം ചെയ്തത് എല്ലാവരും ആ പൊളിഞ്ഞ മതിലിന്റെ അടുത്തുവരെ എത്തിയിരിക്കുന്നു,

ചിലർ പുറത്തേക്കു കടക്കാനും തുടങ്ങി. ഓട്ടത്തിനിടയിൽ കൂർത്ത ഒരു കല്ലിൽ സലീമയുടെ കാൽവിരലുകൾ അടിച്ചു. നഖം അടർന്ന അസഹ്യമായ വേദനയിൽ അവൾ പോലുമറിയാതെ അവളുടെ കരച്ചിലിന്റെ ശബ്ദം പുറത്തേക്കു വന്നു,

ചോരയൊലിച്ചു നിലത്തുവീണെങ്കിലും കൈകൊണ്ടു വായ പൊത്തി കരച്ചിലിനെ വളരെ പ്രയാസപ്പെട്ടു ഒതുക്കി നിർത്തി. അവൾ നോക്കുമ്പോൾ ഒരുപാടുപേർ പുറത്തേക്കു കടന്നു കഴിഞ്ഞു. നിലത്തു വീണ സലീമ അവിടെ കിടന്നുകൊണ്ട് അവരെ ദയനീയമായി നോക്കി. ശബ്ദം പുറത്തു വരാതിരിക്കാൻ ഒച്ചയിട്ട് ആരെയും വിളിച്ചില്ല. അസഹ്യമായ വേദന സഹിച്ചുകൊണ്ട് ചോരയൊലിക്കുന്ന കാലുമായി അവിടെ നിന്ന് എണീറ്റ് ഓടാൻ തുടങ്ങി. ആ ഓട്ടത്തിലും വേദനകൊണ്ട് കരഞ്ഞു.

ഓടി ഓടി അവൾ ആ മതിലിന്റെ പൊളിഞ്ഞ വിടവിലൂടെ പുറത്തേക്ക് കടക്കാൻ കാലുകൾ വച്ചതും വലിയ ശബ്ദത്തോടെ തീയുണ്ടകൾപോലെ അവളുടെ ശരീരത്തിലേക്ക് വെടിയുണ്ടകൾ തുരുതുരാ വന്നു പതിച്ചു. ഉപ്പാ... എന്ന് അലറിവിളിച്ചുകൊണ്ട് അവൾ ആ കോമ്പൗണ്ടിൽതന്നെ വീണു.

* * *

മോളേ... എന്ന് ഉറക്കെ വിളിച്ചുകൊണ്ട് അയാൾ ഉറക്കത്തിൽനിന്നും ഞെട്ടി ഉണർന്നു. ആ ശബ്ദം കേട്ട് തൊട്ടടുത്ത് കിടന്നിരുന്ന അയാളുടെ ഭാര്യയും ഞെട്ടി എണീറ്റു. അയാളുടെ ശരീരമാസകലം വിയർത്തൊഴുകി. പരിഭ്രാന്തിയോടെ വല്ലാതെ കിതച്ചു.

“എന്താ... എന്താ പറ്റിയത്?” ഭാര്യ ചോദിച്ചു.

അയാളുടെ നെഞ്ചിൽ തടവിക്കൊടുത്തു. അൽപനേരം ഒന്നും മിണ്ടാതെ, ഒരു ദീർഘശ്വാസം എടുത്ത് അയാൾ സൈഡ് ടേബിളിൽ വച്ചിട്ടുള്ള വെള്ളം എടുത്തു കുടിച്ചു.

ഭാര്യ വീണ്ടും ചോദിച്ചു. “എന്താ പറ്റിയത്?”

അയാളുടെ മുഖത്തു ഭീതിമാത്രം. വിറയ്ക്കുന്ന ചുണ്ടുകളോടെ അയാൾ പറഞ്ഞു

“എന്റെ മോള്...”

അയാളുടെ കണ്ണുകൾ നിറയാൻ തുടങ്ങി. അയാളുടെ സങ്കടം കാണുന്നുണ്ടെങ്കിലും ഭാര്യ ഒന്നും പറഞ്ഞില്ല. അവരുടെ റൂമിൽ ചുമരിൽ തൂക്കിയിട്ടിട്ടുള്ള അവരോടൊപ്പമുള്ള മകളുടെ ഫോട്ടോയിലേക്കു നോക്കി. അയാളുടെ കണ്ണുകൾ നിറഞ്ഞ് ഒഴുകിക്കൊണ്ടേയിരുന്നു.

ആ ഫോട്ടോയിൽ അവളുടെ മുഖം വ്യക്തമാണ്. അയാളുടെ കണ്ണുകൾ അവളുടെ അടുത്തേക്കെത്തി. കണ്ണിമ വെട്ടിക്കാതെ കുറച്ചുനേരം അവളെത്തന്നെ നോക്കിയിരുന്നു. അയാളെ ആശ്വസിപ്പിക്കാനെന്നോണം പതിഞ്ഞ ശബ്ദത്തിൽ ഭാര്യ പറഞ്ഞു, "അവൾക്ക് ഒന്നും സംഭവിക്കില്ല. വിഷമിക്കാതിരിക്കൂ."

അയാൾ ഫോട്ടോയിൽനിന്നു കണ്ണെടുത്തു, ഭാര്യയെ നോക്കി ഒന്നും പറയാതെ ഒന്ന് മൂളി. വീണ്ടും കിടന്നു. കിടന്നെങ്കിലും അയാളുടെ ദുഃഖത്തിന് ശമനമായില്ല.

ക്ലോക്കിലേക്ക് നോക്കിയപ്പോൾ സമയം 5.00.

ദൂരെ നിന്നും പള്ളിയിൽ ബാങ്ക് വിളിക്കുന്ന ശബ്ദം കേട്ടുകൊണ്ട് അയാൾ പതിയെ കണ്ണുകളടച്ചു. അയാളുടെ നെഞ്ചിൽ കൈവെച്ചുകൊണ്ട് ഭാര്യയും കിടന്നു.

സ്നേഹത്തിന്റെ നാനാർത്ഥങ്ങൾ

ഫൈസലും അമീനും ചാവക്കാടിന്റെ സന്തതികളാണ്. അവർക്ക് ചാവക്കാടിന്റെ ഭൂമിശാസ്ത്രം നന്നായി അറിയാം. ഫൈസലിന്റെ ആ അറിവ് അമീന് പറഞ്ഞുകൊടുക്കും ചിലപ്പോൾ. അമീൻ ഓർക്കുകയായിരുന്നു. അതിന്റെ പിന്നിലുള്ള കഥയും നാട്ടുചരിത്രവും അമീന് ഇഷ്ടവുമാണ്. അതോർത്ത് കിടക്കുകയായിരുന്നു ഉണർന്നപ്പോൾ അമീൻ. എന്നാൽ പായയിൽനിന്നും എഴുന്നേറ്റതുമില്ല. അവൻ തന്റെ നാടിനെക്കുറിച്ചോർത്തു. ഇന്ന് സാമൂഹ്യപാഠം പിരീയഡിൽ പറയാനുള്ളത് ഒന്നുകൂടി മനസ്സിൽ ഉറപ്പിക്കുകയായിരുന്നു അവൻ.

ശാപക്കാട് എന്ന പേരിൽ നിന്നാണ് ചാവക്കാട് എന്ന പേരു വന്നത് എന്നു വിശ്വസിക്കപ്പെടുന്നു. കേരളത്തിൽ വന്ന തോമാസ്ലീഹാ ചാവക്കാട്ടെത്തി പല നമ്പൂതിരിമാരെയും ക്രിസ്തുമതത്തിലേക്ക് പരിവർത്തനം ചെയ്യുകയും ഒരു ക്രിസ്തീയ ദേവാലയം നിർമ്മിക്കുകയും ചെയ്തു. അതാണ് പാലയൂർ പള്ളി. ആ പള്ളി അമീന്റെ വീട്ടിൽനിന്നും അത്ര ദൂരമില്ല. നമ്പൂതിരിമാർ ഇതിനെ ഒരു ശാപമായി കരുതി, സ്ഥലത്തിനു ശാപക്കാട് എന്ന പേര് കൊടുത്തു. പിന്നീട് ഇത് ലോപിച്ച് ചാവക്കാടായി.

ചാവക്കാട് പേരിനു പിന്നിൽ പല കഥകളുമുണ്ട്. ഒരു മുനിയുടെ ശാപമായി ലഭിച്ചതാണ് ശാപക്കക്കാട് എന്നും ശവം കുഴിച്ചിട്ടിരുന്ന സ്ഥലമായതിനാൽ ശവക്കാട് എന്നും അത് പിന്നീട് ലോപിച്ചു ചാവക്കാട് ആയതെന്നും പറയുന്നു. കൂടാതെ മത്സ്യബന്ധനത്തിന് പോയവർ ചാപ്പ പണിതിരുന്ന സ്ഥലമായതിനാൽ ചാപ്പക്കാട് എന്നും അത് ലോപിച്ചു ചാവക്കാട് ആയതെന്നും പറയപ്പെടുന്നു.

ചാവക്കാടിന് 'കൂട്ടുങ്ങൽ' എന്ന ഒരു പേരു കൂടി ഉണ്ടായിരുന്നു.

പഴയ കാലത്തെ പ്രധാന വാണിജ്യ മേഖലയായിരുന്നു ‘കൂട്ടുങ്ങൽ’. ഇതിനെ കൂട്ടുങ്ങലങ്ങാടി എന്ന് വിളിച്ചിരുന്നവരും ഉണ്ട്.

പഴയ ചാവക്കാട് നഗരം ഇന്നത്തെ അങ്ങാടിത്താഴത്ത് ആയിരുന്നു എന്നാണ് ചരിത്രം. അങ്ങാടിത്താഴം എന്ന ഭാഗത്തിനടുത്താണ് ചക്കംകണ്ടം എന്ന പ്രദേശം. ഇതായിരുന്നു ശവം അടക്കിയിരുന്ന ഭാഗം. കാട് പിടിച്ചു കിടന്നിരുന്ന ഈ ഭാഗത്തെ അന്ന് ശവക്കാട് എന്നാണത്രെ വിളിച്ചിരുന്നത്. ടിപ്പുസുൽത്താന്റെ സൈനിക ആക്രമണത്താൽ, ധീരരക്തസാക്ഷിയായ ഹൈദ്രോസ് കുട്ടി മൂപ്പർ താമസിച്ചിരുന്നത്. ഇന്നത്തെ പാലയൂർ പള്ളിയുടെ തെക്കു ഭാഗത്തായിരുന്നു. പാലകളുടെ നാടായിരുന്ന പാലയൂരിൽ ഒരു ശിവക്ഷേത്രം ഉണ്ടായിരുന്നതായി ചരിത്രം. ഈ ശിവക്ഷേത്രം നിലനിന്നിരുന്ന ഭാഗത്താണ് ഇന്ന് പാലയൂർ പള്ളി. പോർച്ചുഗീസുകാർ ഭാരതത്തിലേക്ക് വന്ന സമയമായിരുന്നു പാലയൂർ പള്ളിയുടെ ഉദയം. അതുകൊണ്ടുതന്നെ പാലയൂർ പള്ളിയുടെ നിർമ്മിതിക്ക് പിന്നിൽ പോർച്ചുഗീസുകാരുണ്ടായിരുന്നു എന്നൊരു വാദവുമുണ്ട്. കോഴിക്കോട് സാമൂതിരി തന്റെ കരംപിരിവുകാരനായ ഹൈദ്രോസ് കുട്ടി മൂപ്പർക്കായി പണികഴിപ്പിച്ച മുസ്ലീം പള്ളി ഇന്നും അങ്ങാടിത്താഴം എന്ന സ്ഥലത്ത് സ്ഥിതി ചെയ്യുന്നു.

ചാവക്കാടും പരിസരപ്രദേശങ്ങളും മിനിഗൾഫ് എന്നും അറിയപ്പെട്ടിരുന്നു. ഇവിടത്തെ ഒരു വീട്ടിൽനിന്ന് ഒരാൾ ഗൾഫിലുണ്ട്. മാത്രമല്ല, തീരദേശപ്രദേശമായി ചാവക്കാട് ഇന്നത്തെ സമ്പന്നമായ ചാവക്കാടായതിന്റെ പിന്നിൽ ഗൾഫിന്റെ പണംതന്നെ.

ഇങ്ങനെ ഓരോന്ന് ഓർത്തു കിടക്കവേ, ഫോൺ വൈബ്രേഷനോടുകൂടി അലാറം അടിച്ചു. 5.00 മണി. പള്ളിയിലെ സുബ്ഹി ബാങ്ക് മുഴുവനായി കഴിഞ്ഞിട്ടും അമീന് എണീക്കുവാൻ തോന്നിയില്ല. പുതപ്പിനുള്ളിൽനിന്ന് ആ കൈ പുറത്തേക്കു വന്ന് അലാറം ഓഫ് ആക്കിയതും ലൈറ്റ് തെളിഞ്ഞു. ആ വെളിച്ചത്തിൽ അവിടെ നിന്നും എണീക്കാൻ യാതൊരു ഉദ്ദേശ്യവുമില്ലാതെ കിടക്കുകയാണ് അവർ - ഫൈസലും അമീനും.

തിരമാലകളുടെ ശബ്ദം കേട്ട് പിന്നെയും ഉറക്കത്തിലേക്ക് പോയ അവരെ ഉണർത്താൻ മറ്റൊരും ശബ്ദവും അതിഗംഭീരമായി എത്തി.

“ഫൈസലേ...”

ആ വിളിയോടൊപ്പം കതകിൽ രണ്ടു മുട്ടും. ഡും... ഡും... ഫൈസലേ എന്നുള്ള ഉപ്പയുടെ ആ ഒരൊറ്റ വിളിയിൽ ഉറക്കച്ചടവും ക്ഷീണവും എല്ലാം പോയി. പരുക്കനായ ശബ്ദത്തിൽ ഉപ്പയുടെ അടുത്ത ചോദ്യവും എത്തി.

"രണ്ടാളും എണീറ്റില്ലേ?"

അവൻ അതിനു പെട്ടെന്നുതന്നെ മറുപടി പറഞ്ഞു. "ആ, എണീറ്റു ഉപ്പാ. ഉപ്പ പൊയ്ക്കോ ഞങ്ങൾ വരാം."

മൂളിക്കൊണ്ട് കാർക്കശ്യത്തോടെ ഉപ്പ വീണ്ടും പറഞ്ഞു.

"ജമാത്തിനു മുന്നേ എത്തിക്കാളാ."

"ആ..."

അവൻ നേരെ ബാത്റൂമിലേക്കു കയറി പല്ലു തേച്ച് മുഖം കഴുകിവന്നു. അപ്പോഴേക്കും അവൻ തുമ്മാൻ തുടങ്ങിയിരുന്നു. അടുപ്പിച്ച് ഒരു പത്തുപ്രാവശ്യമെങ്കിലും തുമ്മി. തുമ്മിക്കഴിഞ്ഞതും പുതപ്പിനടിയിൽ നിന്നും ഒരു ചോദ്യം.

"കാക്കാ കഴിഞ്ഞാ?"

തുമ്മിയതിന്റെ ബുദ്ധിമുട്ടിൽ തന്നെ പാതി ശ്വാസത്തിൽ അവൻ മറുപടിയും കൊടുത്തു. "ആ കഴിഞ്ഞു, ഇയ്യ് എണിക്ക്..."

അനിയൻ അമീൻ അത് കേട്ടതും ട്രൗസർ മാത്രം ഇട്ടുകൊണ്ട് കട്ടിലിൽനിന്നു പുതപ്പുമാറ്റി എണീറ്റ് വന്നു. ഉറക്കച്ചടവിൽ തൂങ്ങി നിന്ന അവനോട് ഫൈസൽ ചോദിച്ചു.

"നീ എന്താ ഓർത്തു കിടന്നത്?"

"ഇന്നത്തെ സാമൂഹ്യപാഠം ഇക്കാ. ചാവക്കാടിന്റെ ചരിത്രം."

"ഉം നന്നായി."

"വേഗം ആക്ക് ആന്റെ ഒരുക്കം, ജമാത്തിനു മുന്നേ എത്തണം."

അമീൻ ബാത്റൂമിൽ കേറുന്ന കേറ്റത്തിൽതന്നെ അതിനു മറുപടിയും പറഞ്ഞു.

"ഞാൻ ചെന്നിട്ട് ജമാത്ത് ആകിയാ മതി."

"ആ, എന്റെ വാപ്പ അല്ലേ ഇമാം?"

ഫൈസിലിന് ഇത്തിരി ദേഷ്യം വന്നു. ഷെൽഫിൽനിന്നും ഒരു നേസൽ ഡ്രോപ്പ് എടുത്ത് അവന്റെ മൂക്കിൽ രണ്ടു ഡോസ് അടിച്ചു.

അമീൻ വളരെ സാവധാനമാണ് പല്ലു തേക്കുന്നത്. ഫൈസൽ അപ്പോഴേക്കും മുണ്ടും ഷർട്ടും ഒരു തൊപ്പിയും ധരിച്ച് അത്തറും പൂശി റെഡിയായി. അമീനിന്റെ അനക്കം കേൾക്കാതായതോടെ, അവൻ ബാത്റൂമിൽ കയറി നോക്കി. ആ ബ്രുഷും വായിലിട്ട് കണ്ണാടിയിൽ നോക്കിനിൽക്കുകയാണ് അവൻ.

"അത് ശരി, ഇയ്യ് തൊള്ളേൽ ബ്രഷും ഇട്ട് ആന്റെ മൊഞ്ചും നോക്കി നിക്കാ?" ഫൈസൽ ചോദിച്ചു.

അമീൻ വായിൽ പിടിച്ച പേസ്റ്റ് ബെയ്സനിലേക്കു തുപ്പി.

ഫൈസൽ ചിരിച്ചുകൊണ്ട് പറഞ്ഞു. "തുപ്പണ്ടാ, അത് കുടിച്ചാളാ, ഞാൻ പോക, ഇയ്യ വരണ്ടാ."

അമീൻ പുഞ്ചിരിച്ചുകൊണ്ട് ധൃതിയിൽ വീണ്ടും തേക്കാൻ തുടങ്ങി. അതിനിടയിൽ ഒന്ന് നിർത്തിക്കൊണ്ട് അവൻ പറഞ്ഞു:

"നിക്കടാ ഇക്കാ, ഇന്റെ കയിഞ്ഞു."

അമീൻ വേഗം ബ്രഷ് ചെയ്ത് അകത്തേക്ക് കയറി. ഷർട്ടും പാന്റും തൊപ്പിയും വച്ച് ഇറങ്ങി. രണ്ടുപേരും പള്ളിയിലെ നിസ്കാരത്തിന് എത്തി. അള്ളാഹു അക്ബർ എന്ന നാമത്തിൽ കൈകൾ കെട്ടി ജമാഅത്താ നിസ്കാരം ആരംഭിച്ചു.

പള്ളികളിൽ സുബ്ഹി നിസ്കാരം നടക്കുകയാണ്.

* * *

ഒരു നാട്ടിൽതന്നെ രണ്ടു പള്ളികൾ ചെയ്യുന്ന നിസ്കാരകർമങ്ങൾ ഒന്നുതന്നെയാണെങ്കിലും അത് ചെയ്യുന്നവരുടെ വേഷത്തിൽ ചില പ്രത്യേകതകൾ ഉണ്ട്. അതിലൂടെ അവരുടെ മനസ്സിനെയും അവർ വിശ്വസിക്കുന്ന പ്രത്യയശാസ്ത്രത്തെയും മനസ്സിലാക്കാം. സജാദും സഫറും സഹോദരങ്ങളാണ്. അവർ ഒരു വീട്ടിൽ നിന്നിറങ്ങുകയും വ്യത്യസ്ത പള്ളികളിലേക്ക് പോകുകയും ചെയ്യുന്നു. അതിൽനിന്നു തന്നെ അവരുടെ മനോഭാവം ആർക്കും അറിയാം.

രൂപത്തിൽ തന്നെ സജാദിന്റെയും സഫറിന്റെയും വ്യത്യസ്ത ചിന്താഗതികൾ മനസ്സിലാക്കാനാവും. നീണ്ട താടിയും തൊപ്പി ധരിക്കാത്തതും ഷോർട്ട് പാന്റ് ധരിച്ചു നടക്കുന്ന വ്യക്തിയാണ് സജാദ്. താടിയോ തൊപ്പിയോ മറ്റ് പ്രത്യേകതകളോ ഇല്ലാതെ സാധാരണ മനുഷ്യനെപ്പോലെയുള്ള വ്യക്തിയാണ് സഫർ.

എല്ലാ പള്ളികളിലെയും നിസ്കാരപ്രാർത്ഥനകൾ കഴിഞ്ഞ് എല്ലാവരും ഇറങ്ങാൻ തുടങ്ങി. ഉസ്താദ്, അദ്ദേഹത്തിന്റെ ഇരിപ്പിടത്തിൽ നിന്നും അനങ്ങാതെ, ദിക്റുകൾ ചൊല്ലിക്കൊണ്ട് ഇരിക്കുകയാണ്. തിരിഞ്ഞിരിക്കുന്നു ഉസ്താദിന് അഭിമുഖമായി സഫറും ഇരുന്നു. പതിയെ ചുണ്ടുകളനക്കി വിരലുകളിൽ എണ്ണം പിടിക്കുന്ന ഉസ്താദ് സഫറിനെ നോക്കി തലയാട്ടി. തന്നോട് ഇരിക്കാൻ ഉസ്താദ് ആവശ്യപ്പെട്ടപ്പോൾ എന്തോ അദ്ദേഹത്തിന് പറയാനുണ്ടെന്ന് അവന് മനസ്സിലായി, അല്പനേരത്തിനുശേഷം അവർ എഴുന്നേറ്റ് പള്ളിയുടെ മുന്നിലെ വരാന്തയിൽ വന്നുനിന്നു. അദ്ദേഹം അവന്റെ തോളിൽ കൈവച്ചുകൊണ്ട് ചോദിച്ചു

"എന്താ സഫറേ, അന്റെ വിശേഷം?"

"നല്ലതുതന്നെ ഉസ്താദേ."

"മ്... അന്റെ വീട്ടിലെ വിശേഷം ഒന്നും അത്ര നല്ലതല്ലാന്നാണല്ലാ ഞാൻ അറിഞ്ഞത്." അൽപ്പം ദ്വേഷ്യത്തോടെ ഉസ്താദ് പറഞ്ഞു.

സഫറിന് ഒന്നും മനസ്സിലായില്ല. അവൻ ഉസ്താദിന്റെ മുഖത്തേക്ക് ഒന്നും മനസ്സിലാകാതെയെന്നപോലെ നോക്കി. ഉസ്താദ് അവനെ നോക്കിക്കൊണ്ട് അമർത്തി മൂളി.

"ഇല്ല ഉസ്താദേ. കൊഴപ്പോന്നില്ല." സഫർ പറഞ്ഞു.

ഉസ്താദ് അവനെ ഒന്ന് സൂക്ഷിച്ചു നോക്കി. ഗൗരവത്തിലും അതേസമയം പുഞ്ചിരിച്ചുകൊണ്ടും അദ്ദേഹം ചോദിച്ചു.

"അന്റെ ജ്യേഷ്ഠൻ സജാദ് എന്താ ഇപ്പൊ ഇങ്ങോട്ട് നിസ്കരിക്കാൻ വരാത്തത്?"

ഉസ്താദിന്റെ ആ ചോദ്യത്തിന് അവന് ഒന്നും പറയാൻ കഴിഞ്ഞില്ല. ശബ്ദം കടുപ്പിച്ച് ഉസ്താദ് പറഞ്ഞു.

"അന്റേം അന്റെ കുടുംബത്തിന്റേം മാറ്റം ഒക്കെ ഞാൻ അറിയിണ്ട്. അത് എനക്ക് മാത്രല്ല, ഈ നാട്ടിലൊള്ളോർക്കൊക്കെ അറിയാം. ഇയ്യൊക്കെ എന്താ വിചാരിച്ചേ, ആരും ഒന്ന് അറിയൂലെന്നാ?

അങ്ങനെ ഒന്നും ഇല്ല എന്ന് പറയാൻ അവൻ തുനിഞ്ഞെങ്കിലും ഉസ്താദ് സംസാരം തുടർന്നു.

"ദീനിന് വിരുദ്ധായിട്ടുള്ള ഓന്റെ ഈ പോക്ക് എനക്കറിയാ, ഇപ്പൊ ഓന് ആ താടിക്കാരല്ലേ ശൈഹമ്മാർ."

ഉസ്താദ് നിർത്തി. പിന്നെ പുച്ഛത്തോടെ പറഞ്ഞു.

"ഓർക്കെന്തു ദീനാടോ?"

സഫർ ഇടയ്ക്കു കേറി ഉസ്താദിനോട് പറഞ്ഞു. "എനക്കൊന്നും അറിയില്ല ഉസ്താദേ.. ഓനിപ്പോ അവരൊപ്പാ നടക്കണതൊക്കെ."

ഉസ്താദ് അതേ ഭാവത്തോടെ തുടർന്നു.

"ആ അപ്പൊ അതുതന്നെ അന്നോട് ഈ പറയണത്, ഓൻ ആഹമിക്കേൾടെ കൂടെ ഇങ്ങനെ നടക്കല്ലേന്ന് പറയാൻ."

ഉസ്താദിന്റെ ദേഷ്യത്തിന് മുൻപിൽ സഫർ നിസ്സഹായനായി.

"ഞാൻ എന്ത് ചെയ്യാനാ ഉസ്താദേ, ഓന് ഒന്നും പറഞ്ഞിട്ട് മനസ്സിലാകുന്നില്ല."

സഫറിന്റെ മറുപടിയിൽ ചൊടിച്ചുകൊണ്ട് പരുപരുത്ത ശബ്ദത്തിൽ ഉസ്താദ് തുടർന്നു. "മോനേ സഫറേ, ഇത് ദീനാണ്... വിശ്വാസത്തിന് എതിരു നിന്നാൽ ആ ബന്ധം അങ്ങട്ടു മുറിച്ചിട്ടാളാ. അത് ജ്യേഷ്ഠനായാലും വാപ്പ ആയാലും."

ഒന്നും പറയാതെ നിന്ന അവനോടു "മനസ്സിലായ അനക്ക്" എന്ന ഉസ്താദിന്റെ ചോദ്യത്തിന് മൂളിക്കൊണ്ടുനിന്നു. അപ്പോഴേക്കും പള്ളിമുറ്റത്ത് വെളിച്ചം പരന്നിരുന്നു. ഒരു താക്കീതെന്നപോലെ സഫ റിനെ, ഉസ്താദ് വീണ്ടും തറപ്പിച്ച് നോക്കി. പിന്നെ പതുക്കെ രണ്ടു പേരും നടന്നകന്നു.

* * *

രാത്രി ഒമ്പത് മണി. ഒരു മേശയ്ക്കു ചുറ്റും നാലഞ്ചു പേരിരുന്നു ചർച്ചയിലാണ്. നേതാവെന്ന് തോന്നിപ്പിക്കുന്ന ഒരു മധ്യവയസ്കൻ, കൂടെയിരിക്കുന്നവരോട് ദേഷ്യത്തോടെ പറഞ്ഞു.

"ഇതിപ്പോ നമ്മടെ മൂക്കിന്റെ താഴെവരെ ഈ കാഫിറുകൾ എത്തിയല്ലാ?"

ചർച്ച നടക്കുന്ന ചെറിയ ആ ഹാളിലേക്ക് അകലെനിന്നും ഒരു പ്രസംഗം അപ്പോഴൊക്കെ കേട്ടുകൊണ്ടിരിക്കുന്നുണ്ട്. അതിനിട യിലും അയാൾ സംസാരം തുടർന്നുകൊണ്ടിരുന്നു.

"ഇതിപ്പോതന്നെ അവസാനിപ്പിച്ചില്ലെങ്കിൽ നാളെ നമ്മടെ ഈ പള്ളീടെ അകത്തും അവര് അവരുടെ പരിപാടി നടത്തും. അതും നമ്മൾ നോക്കി നിക്കേണ്ടിവരും."

"ഉസ്താദ് എന്താ പറഞ്ഞത്?"

സദസ്സിൽനിന്നും ഒരാൾ ചോദിച്ചു. ഉസ്താദ് ദേഷ്യത്തിലാണ്.

"ഓര് പറയണത് ഒന്നുകിൽ അവര് നമ്മളുടെ ചോദ്യത്തിനു മറുപടി പറയണം. അല്ലെങ്കിൽ നമ്മടെ ഈ മഹല്ലിൽ അവരെ ക്കൊണ്ടു പരിപാടി നടത്തിക്കേണ്ടാ എന്നും."

മധ്യവയസ്കൻ മൂളുക മാത്രം ചെയ്തു. കൂട്ടത്തിൽ ഒരാൾ പറഞ്ഞു.

"സമ്മതിക്കരുതെന്നൊക്കെ പറഞ്ഞാ, വല്ല കേസും കൂട്ടവും ഒക്കെ ആയാൽ ഇടങ്ങേറാകോലാ."

അയാളുടെ മറുപടിയിൽ നേതാവ് അല്പം നീരസത്തോടെ പറഞ്ഞു. "എന്ത് ഇടങ്ങറ്?"

"എടങ്ങേറെന്നും പറഞ്ഞ് ഇപ്പൊ അനങ്ങാണ്ടിരുന്നാലിണ്ടല്ലോ. ഈ മുജാഹിദ്കൾടെ പ്രസംഗം കേട്ട് പിള്ളേരൊക്കെ അവരെ കൂടെ അങ്ങട്ട് കൂടും."

ഒരു ഭീഷണിപോലെ അയാൾ തുടർന്നു.

"മരിച്ചാൽ ഖബറിങ്ങലുപോലും ആരും വരൂല. നല്ലോണം ഓർത്തോ."

അയാളുടെ ആ താക്കീതിന് അപ്പോൾതന്നെ മറുപടിയും വന്നു. പരിഹാസത്തോടെ വേറൊരാൾ ഇടപെട്ടു.

"എന്തായാലും ഇന്റെ കാര്യത്തിൽ അങ്ങനെ ഇണ്ടാവൂല. നിങ്ങടെ ജ്യേഷ്ഠന്റെ മോനല്ലേ, ഇപ്പൊ വല്യ മുജാഹിദായിട്ട് ഇവടെ പ്രബോധനം നടത്തുന്നത്?"

അയാൾ എല്ലാവരുടെയും മുഖത്തേക്ക് നോക്കി പറഞ്ഞു നിർത്തി.

"ആദ്യം ഇങ്ങള് അവനെ ചൊവ്വാക്ക്. അപ്പൊ ഈ പ്രശ്നങ്ങൾ ഒന്നും ഇണ്ടാവൂല."

അപ്രതീക്ഷിതമായ ഈ മറുപടിയിൽ മുതിർന്നയാൾ ക്ഷുഭിതനായി.

"ഓൻ എന്ന് മുജാഹിദായോ അന്ന് ഞാൻ ഓനായിട്ട് ബന്ധം മുറിച്ചതാ."

"ഓ, ഇങ്ങള് വാകൊണ്ട് ബന്ധം മുറിച്ചാൽ ആയല്ലാ. ഓനെ ഒരേ കൂട്ടത്തിൽ കൊണ്ടുവരാൻ പറ്റില്ലല്ല. ആദ്യം അത് ചെയ്യൂ."

അപ്പോഴും ആ പ്രസംഗം തുടർന്നുകൊണ്ടിരുന്നു. ഇത് കേട്ടപ്പോൾ മുതിർന്നയാൾ ഒന്നും മിണ്ടാതെ അയാളുടെ മൊബൈൽ എടുത്ത് ഡയൽ ചെയ്തു. തൊപ്പി വച്ച്, തടിച്ച ശരീരം ഉള്ള ഒരു യുവാവ് ഫോൺ എടുത്തു. അയാൾ നിൽക്കുന്നത് മുജാഹിദ്കൾടെ പരിപാടി നടക്കുന്ന വേദിയുടെ അടുത്തു തന്നെയാണ്. അയാളുടെ കൂടെ കുറച്ച് യുവാക്കളും. അവർ നിൽക്കുന്നതിന് അടുത്തുതന്നെ മുജാഹിദ്കളുടെ വേദിയുടെ വെളിച്ചം കാണാമായിരുന്നു. അയാൾ ഫോൺ എടുത്തു.

"മനാഫേ...

"ആ, ഇക്കാ."

അവരുടെ ഫോൺ ശബ്ദത്തിലും ആ പ്രസംഗത്തിന്റെ ശബ്ദം കേൾക്കാമായിരുന്നു. അവരുടെ സംഭാഷണങ്ങൾക്കു മനാഫ് മൂളുക മാത്രം. അവരുടെ സംസാരം അവസാനിപ്പിച്ച് മനാഫ് ഫോൺ കട്ട് ചെയ്തു.

ചിട്ടയോടുകൂടി നടക്കുന്ന മുജാഹിദ്കൾടെ ആ പരിപാടിയിലേക്ക് ആളുകളെ അക്രമിക്കാനെന്നപോലെ അവർ നടന്നു നീങ്ങി. ആ പരിപാടി അലങ്കോലമാക്കുക എന്നതുതന്നെയായിരുന്നു മുകളിൽനിന്ന് അവർക്കു കിട്ടിയ നിർദ്ദേശം. അപ്പോഴും വേദിയിൽ പ്രഭാഷണം തുടർന്നുകൊണ്ടിരുന്നു.

"ആരാണ് ഇസ്ലാമിന്റെ പേരിൽ തെറ്റിദ്ധാരണകൾ പറഞ്ഞു കൊണ്ട് ഈ പൊതുസമൂഹത്തിൽ, ഈ സമുദായത്തെ മോശമാക്കിയത്?

ആരാണ് അനാവശ്യമായുള്ള ആചാരങ്ങളും വിശ്വാസങ്ങളും ഈ സമുദായത്തിലേക്ക് കൊണ്ടുവന്നത്?"

ഇത് പറഞ്ഞു കഴിഞ്ഞതോടെ മനാഫും സംഘവും ആ വേദിയിലേക്ക് പെട്ടെന്ന് കയറി. അവിടെ ഉണ്ടായിരുന്ന മുജാഹിദ്കളുമായി മനാഫും സംഘവും കയ്യാങ്കളിയിലായി. മുജാഹിദുകളുടെ ആ പരിപാടി അലങ്കോലമാക്കുക എന്ന അവരുടെ ലക്ഷ്യം സാധിച്ചു.

ആ കയ്യാങ്കളി ഒരു കൂട്ടത്തല്ലാകാൻ അധികസമയം വേണ്ടി വന്നില്ല. മനാഫും സംഘവും ഉച്ചത്തിൽ ഭീഷണി മുഴക്കി മുജാഹിദുകളോട് പറഞ്ഞുകൊണ്ടിരുന്നു.

"നിങ്ങളുടെ ഈ പരിപാടി ഇവിടെ നടത്താൻ പറ്റില്ല. മാറിയടക്കാ. നിർത്തി സ്ഥലം വിട്ടോ."

"അത് നിങ്ങള്ക്ക് എങ്ങനെ പറയാൻ പറ്റുക? ഞങ്ങൾ പെർമിഷൻ എടുത്തിട്ടാണ് ഈ പരിപാടി നടത്തുന്നത്."

"ഇത് പൊതുസ്ഥലമാണ്." മനാഫ് തുടർന്നു.

"ഇവിടെ ഒരൊറ്റ മുജാഹിദുകളും ഇല്ല. പിന്നെ നിങ്ങളെ ഇവടെ പരിപാടി നടത്താൻ സമ്മതിക്കൂല."

മുജാഹിദുകളുടെ കൂട്ടത്തിൽ സജാദും മനാഫിന്റെ സംഘത്തിൽ സഫറും ഉണ്ട്. ഇവിടെ മുജാഹിദുകൾ ഇല്ല എന്ന മനാഫിന്റെ വാദത്തെ എതിർത്തെന്നോണം സജാദ് മുൻപോട്ട് വന്നു പറഞ്ഞു.

"ഞാൻ മുജാഹിദാ, ഇവടെ ഉള്ളത് തന്നെയാ, എന്താ പ്രശ്നം ഇണ്ടോ നിങ്ങള്ക്ക്?"

മനാഫ് സജാദിന്റെ മറുപടിയിൽ ക്ഷുഭിതനായി.

"നീ ആരാണ്ടാ നായിന്റെ മോനേ..."

സജാദ്, മനാഫിന്റെ മുഖത്ത് ഒരടി വെച്ച് കൊടുത്തു. അടി കൊണ്ട കവിൾ പൊത്തിക്കൊണ്ട് മനാഫ് ആക്രോശിച്ചു.

"നീ എന്നെ തള്ളിലേടാ കാഫിറേ?"

സജാദ് വീണ്ടും മനാഫിനെ തല്ലി. മനാഫിന്റെ കൂട്ടത്തിലുണ്ടായിരുന്ന സഫർ അപ്പോഴേക്കും സജാദിന്റെ കോളറിൽ കയറിപ്പിടിച്ചു.

"നീ ആരാണ്ടാ മനാഫ്ക്കണേ തല്ലാൻ, ഹറാം പെറന്നോനേ..."

അപ്പോഴേക്കും ആ കൂട്ടത്തിലുണ്ടായിരുന്ന രണ്ടുപേർ വന്നു സജാദിനെ അടിച്ചു. അവർ സംഘട്ടനം തുടർന്നു. മുതിർന്ന കുറച്ച് ആളുകൾ ഇടപെട്ട് അവരെ പിടിച്ചുമാറ്റി. ആ അടിപിടിയിൽ സജാദിന് പരിക്ക് പറ്റി. അവന്റെ ചുണ്ടുകൾ പൊട്ടി ചോര വന്നു. ഷർട്ട്

കീറി. അവന്റെ തടിയിൽ ആകെ മണ്ണു പറ്റി. അവിടെ നടന്ന ആ മധ്യസ്ഥതയിൽ ആ കയ്യാങ്കളി അവസാനിച്ചെങ്കിലും സജാദിന്റെയും സഫറിന്റെയും ഇടയിൽ ഈ വഴക്ക് അകൽച്ചയുണ്ടാക്കി.

സഫർ, രാത്രി വീട്ടിലേക്കു വന്നപ്പോൾ, അവശനെന്നോണം അതേ വേഷത്തിൽ തന്നെ ഹാളിൽ, ഒരു കസേരയിൽ ഇരിക്കുകയാണ് സജാദ്. ഉമ്മ അടുത്തുതന്നെ നിൽക്കുന്നുണ്ട്. സഫറിനെ കണ്ടതും ഉമ്മ അവന്റെ മുഖത്ത് ആഞ്ഞടിച്ചു. അടി കൊണ്ടതും സ്തംഭിച്ച നിന്ന അവനോട് ഉമ്മ കരഞ്ഞുകൊണ്ട് ചോദിച്ചു.

"നിങ്ങൾ എല്ലാവരുംകൂടി എന്റെ മോനെ തല്ലിലേടാ?"

ദേഷ്യത്തിൽ അവന്റെ കവിളുകൾ തടവിക്കൊണ്ട് അവനെ ത്തന്നെ തുറിച്ചു നോക്കിനിന്ന ഉമ്മയോട്, സജാദിന് നേരെ കൈ ചൂണ്ടിക്കൊണ്ട് ചോദിച്ചു.

"ഇവനാരാ മനാഫ്ക്കാനേ തല്ലാൻ?"

"മനാഫ് ആരാണ്ടാ, അന്റെ ഉപ്പേ?"

"ഉമ്മ എന്തൊക്കെയാ ഈ പറയണത്?"

"ഇവനാ ആ പരിപാടി നടത്തിക്കൊണ്ടുക്കണത് ഇവടെ."

സജാദ് കസേരയിൽതന്നെ ഇരുന്നു. അവൻ എന്തോ പറയാൻ തുടങ്ങിയപ്പോഴേക്കും ഉമ്മ നിർത്താൻ കൈകൊണ്ട് ആംഗ്യം കാണിച്ചു. അവൻ പിന്നെ മിണ്ടിയില്ല. സഫറിനോട് ചോദിച്ചു.

"അതിനു നീ ഇവനെ കൊല്ലോടാ?"

"ഈ കാര്യത്തിൽ ചേട്ടനും അനിയനും ഒന്നും ഇല്ല." സഫർ പറഞ്ഞു. ഈ മറുപടി ഉമ്മാക്ക് സഹിക്കാൻ പറ്റിയില്ല. ഉമ്മ അവന്റെ നെഞ്ചിൽ പിടിച്ച് പിന്നിലോട്ട് തള്ളി.

ഉമ്മ വിഷമത്തോടെയും അതിലേറെ ഗൗരവത്തോടെയും പറഞ്ഞു. "ഞാൻ പടിച്ചതും വളർന്നതൊക്കെ ഈ ദീനിൽ തന്നാടാ. ഞാൻ അറിഞ്ഞതിനുശേഷമേ നീയൊക്കെ അറിഞ്ഞിട്ടൊള്ളൂ. ആരാണ്ടാ നിനക്ക് പറഞ്ഞു തന്നത്, മുജാഹിദായാൽ സ്വന്തം കൂടപ്പിറപ്പിനെ തല്ലാനും കൊല്ലാനും? ഹറാം പിറന്നോനേ..."

സഫറും ദേഷ്യത്തിൽതന്നെ സജാദിന് നേരെ കൈ ചൂണ്ടിക്കൊണ്ട് പറയാൻ തുടങ്ങി.

"ഉമ്മാക്ക് ഇങ്ങനെ ഒക്കെ പറയാം, ഇവൻ കാരണം ഞാനാ ഇല്ലാണ്ടാവണത്."

"നീ എന്ത് ഇല്ലാണ്ടായി, അവൻ എന്ത് ചെയ്തിന്നണ്ട നീയൊക്കെ പറയണത്?"

ഉമ്മ സഫറിന് ഒരു താക്കീതു കൊടുക്കുന്നപോലെ പറഞ്ഞു.

"ഇനിയെങ്ങാനും നിങ്ങൾ എന്റെ മോനെ വല്ലതും ചെയ്താ... ദുനിയാവിൽ ആഖറത്തിലും നിന്നോട് ഞാൻ പൊരുത്തപ്പെടൂല. പിന്നെ നീ എത്ര ദീൻ പറഞ്ഞിട്ടും കാര്യം ഇല്ല. ഓർത്താ..."

"ഞാൻ ഒന്നും പറയാനില്ല, കൊറച്ചു ദിവസം കൂടിയല്ലേ സഹിക്കേണ്ടൂ?" അവൻ റൂമിലേക്ക് നടന്നു.

ആ നടത്തത്തിനിടയിൽ അവൻ വീണ്ടും പറഞ്ഞു. "ഈ കാഫിറിന്റെ കൂടെ ഇനി ഇവടെ നിക്കണ്ടല്ലോ."

അവൻ പറഞ്ഞത് ഉമ്മയും സജാദും കേട്ടു. ഉമ്മ സഫറിനെ പിന്നിൽ നിന്ന് നോക്കി. ദേഷ്യം മാറിയതേയില്ല.

വളർന്നതും വിശ്വസിച്ചതുമെല്ലാം ഒരേ മതത്തിലാണെങ്കിലും അതിനകത്തുള്ള ആശയപരമായ മനുഷ്യന്റെ ഭിന്നിപ്പിന്റെ പേരിൽ സ്വന്തം സഹോദരന്റെ തള്ളിപ്പറഞ്ഞുകൊണ്ട് സഫർ മുറിയിലേക്ക് കയറിപ്പോയി.

* * *

അന്ന് രാവിലെ മഹല്ല് കമ്മിറ്റി ഓഫീസിൽ ഒരു യോഗം നടന്നു. ഉസ്താദും കമ്മിറ്റി ഭാരവാഹികളും മറ്റെല്ലാവരും വന്നിട്ടുണ്ട്. തലേ ദിവസം നടന്ന പ്രശ്നവും സംഘട്ടനവും ചർച്ച ചെയ്യുകയാണ് അവർ. ഉസ്താദ് സംസാരം തുടങ്ങി.

"അസ്സലാമു അലൈക്കും."

എല്ലാവരും സലാം മടക്കി.

"വാ അലൈക്കും മുസ്സലാം ഉസ്താദ്."

"സഹോദരങ്ങളേ, ഇന്നലെ നമ്മുടെ മഹല്ലിൽ നടന്ന കാര്യങ്ങളൊക്കെ എല്ലാവരും അറിഞ്ഞല്ലോ. ഒരു മുജാഹിദുപോലും ഇല്ലാതിരുന്ന മഹല്ല് ആയിരുന്നു ഇത്. ഇന്നലെത്തെ പരിപാടിക്ക് മറ്റു സ്ഥലങ്ങളിൽനിന്നും ഇവിടെ ആളുകൾ വന്നു മനപ്പൂർവം കുഴപ്പങ്ങൾ ഉണ്ടാക്കുകയായിരുന്നു. ഈ സമുദായത്തിന്റെ ഐക്യവും സമാധാനവും തകർക്കുക എന്നതാണ് ഇക്കൂട്ടരുടെ ലക്ഷ്യം എന്ന് മനസ്സിലാക്കിക്കൊണ്ടുതന്നെ, സ്വന്തം സഹോദരൻ ആയാൽപോലും അത്തരക്കാരെ ഒറ്റപ്പെടുത്തണം എന്നാണ് എനിക്ക് പറയാനുള്ളത്."

സഫറിന്റെ മുഖത്തേക്ക് നോക്കിയാണ് ഉസ്താദ് അവസാനത്തെ വാക്കുകൾ പറഞ്ഞത്. അവന്റെ മുഖം വല്ലാതെ വിളറി. ഉസ്താദ് തുടർന്നു. "ശരീരത്തിന്റെ ഒരു ഭാഗത്ത് കാൻസർ ബാധിച്ചാൽ നമ്മൾ ആ ഭാഗം മുറിച്ചു മാറ്റും. അല്ലെങ്കിൽ അത് ആ മുഴുവൻ കാർന്നു

തിന്നും. അതുപോലെയാണ് നമ്മൾ ഇത്തരക്കാരെയും കൈകാര്യം ചെയ്യേണ്ടത്.”

ഉസ്താദ് വീണ്ടും സഫറിനെ നോക്കി ചോദിച്ചു. “ശരിയല്ലേ?”

സ്വന്തം സഹോദരനുമായുള്ള ബന്ധം വേർപിരിക്കാനാണ് തന്നെ നോക്കി ഉസ്താദ് അത് പറഞ്ഞതെന്ന് സഫറിന് മനസ്സിലായി. അവൻ തലയാട്ടി.

* * *

സഫർ ഇന്ന് യുഎഇയിലേക്ക് പോകുകയാണ്. അവിടെ ചില കുടുംബക്കാരും സഫറിന്റെ രണ്ട് മൂന്ന് കൂട്ടുകാരും ഉസ്താദും വന്നിട്ടുണ്ട്. അവർ അവിടെ അവന്റെ യാത്രയ്ക്ക് മുൻപായി ചെയ്യുന്ന ദുആയിലാണ്. സജാദ് അവിടെ സൈഡിൽ നിൽക്കുന്നുണ്ട്. ആ യാത്രയയപ്പ് നടക്കുന്ന വേദിയിൽ എല്ലാവരും ദുആ ചെയ്യാൻ കൈകൾ പിടിച്ച് നിൽക്കുന്നു. ഉസ്താദിന്റെ ദുആയ്ക്ക് എല്ലാവരും ‘ആമീൻ’ എന്ന് പറഞ്ഞ് പ്രാർത്ഥിക്കുന്നു. ഉമ്മയും വിഷമത്തോടെ വാതിൽ മറയിൽ ചാരിനിൽക്കുന്നുണ്ട്.

അവന്റെ കുഞ്ഞുപ്പയും തലയിൽ വെള്ളത്തൂവാല ഇട്ട് അവിടെത്തന്നെ ഉണ്ട്. പ്രാർത്ഥന കഴിഞ്ഞതും കൂട്ടുകാർ അവന്റെ പെട്ടി എടുത്ത് വണ്ടിയിലേക്ക് കയറ്റിവച്ചു. അവൻ ഉമ്മാനെ കെട്ടിപ്പിടിച്ച് മുത്തം കൊടുത്തു. സലാം പറഞ്ഞു.

“അസ്സലാമു അലൈക്കും.”

കുഞ്ഞുപ്പാനെയും ഉസ്താദിനേയും കെട്ടിപ്പിടിച്ച് സലാം പറഞ്ഞു. കൂട്ടുകാരെ ഒരോരുത്തരെയും കെട്ടിപ്പിടിച്ച് സലാം പറഞ്ഞു. എന്നാൽ സ്വന്തം ജ്യേഷ്ഠന്റെ മുഖത്ത് അവൻ നോക്കിയില്ല, അവന് കൈ കൊടുത്തില്ല, സലാം പറഞ്ഞില്ല. അവൻ ആ ഹാളിൽനിന്ന് ഇറങ്ങി.

സഹോദരനിൽ നിന്നേറ്റ അവഗണന സജാദിന്റെ മുഖത്തുണ്ടായിരുന്നു. എല്ലാവരും ആ മുറിയിൽനിന്ന് മുറ്റത്തേക്കിറങ്ങി. പക്ഷേ അവനെ നോക്കാതെ ഇറങ്ങിയ ആ രംഗവും അവന്റെ മുഖത്തെ ആ ഭാവവും ഉമ്മ ശ്രദ്ധിച്ചു. അവൻ ഉമ്മാടെ മുഖത്തേക്ക് ഒന്ന് നോക്കി. ഉമ്മായ്ക്ക് ഒന്നും പറയാൻ കഴിഞ്ഞില്ല. അവന്റെ മുഖത്തേക്ക് തന്നെ നോക്കി അങ്ങനെ നിന്നു.

“അല്ലാം നോക്കീലേ?” വാപ്പ ചോദിച്ചു.

“ആ...”

“എന്നാൽ നടന്നോ. എല്ലാ കഴിഞ്ഞിട്ട് വിളിച്ചാൽ മതി. ഞങ്ങൾ ഇവടെ ഇണ്ടാകും.”

അവർ മൂളി.

ഫൈസലും സഫറും ഒരുമിച്ചാണ് യുഎയിലേക്ക് പോകുന്നത്. അവരും എയർപോർട്ടിൽ എത്തിയിട്ടുണ്ട്. ഫൈസലിന്റെ വാപ്പയും അനിയൻ അമീനുമുണ്ട് കൂടെ.

വാപ്പയുടെ മുഖത്ത് നല്ല വിഷമം ഉണ്ട്. ഫൈസലിന്റെയും. അവർ പരസ്പരം കെട്ടിപ്പിടിച്ചു അവൻ വാപ്പയുടെ നെറ്റിയിൽ ചുംബിച്ചു. വാപ്പയും. അവന്റെ ചുമലിൽ തലോടിക്കൊണ്ട് വാപ്പ പറഞ്ഞു.

"ഇൻഷാ അള്ളാ, പോയിട്ട് വാ."

അവൻ മൂളിക്കൊണ്ടു കുനിഞ്ഞിരുന്നു.

അമീന് വിഷമം സഹിക്കാനാവുന്നില്ല. ചുമന്നു നിറഞ്ഞ കണ്ണു കളോടെ ഫൈസലിനെ നോക്കി. പെട്ടെന്ന് അവൻ ഫൈസലിനെ കെട്ടിപ്പിടിച്ചു കരഞ്ഞു. അവനും അമീനിനെ കെട്ടിപ്പിടിച്ച് അൽപ്പം നേരം നിന്നു. അമീന്റെ കെട്ടിപ്പിടുത്തം വിട്ട് ഫൈസലിന്റെ കവിളിൽ ഉമ്മ കൊടുത്തു. ഫൈസലും അമീനിനെ ഉമ്മ വച്ചു.

ബാഗും പെട്ടിയും ട്രോളിയിൽ വച്ച് വാപ്പാനോട് ഒന്നുകൂടി യാത്ര പറഞ്ഞ് ഫൈസൽ തിരിഞ്ഞു.

"ഒന്നുകൂടി..." അത് കേട്ട് തിരിഞ്ഞപ്പോ അവൻ ട്രോളിയിൽ നിന്നും പിടിവിട്ട് അമീന്റെ മുഖത്തേക്ക് കുനിഞ്ഞു. അമീന്റെ തുടുത്ത കവിളുകളിൽ കൈകൾ വച്ചുകൊണ്ട് ഫൈസൽ പറഞ്ഞു.

"ഒന്ന് കൂടി..." ഫൈസൽ അമീനിന്റെ കവിളുകളിൽ മാറിമാറി മുത്തം വച്ചു. ഫൈസലിന്റെ കണ്ണുനീരുകൊണ്ട് അമീനിന്റെ കവിൾ നനഞ്ഞു.

"വിഷമിക്കണ്ട, വേഗം വരാം." ഫൈസലിന്റെ ശബ്ദം ഇടറിയി രുന്നു.

അവൻ നടന്നു. ഫൈസലിന്റെ പോക്ക് അമീൻ നോക്കി നിന്നു.

* * *

സഫറും ഫൈസലും മറിയയുടെ ക്ലിനിക്കിൽ റിസപ്ഷനിൽ ട്രെയിനികളായി ജോലി തുടങ്ങിയിരിക്കുന്നു. അവർ ക്ലിനിക്കിൽ ഒരേ സ്ഥലത്ത് തന്നെയാണ് ഇരിക്കുന്നത്. പുതുതായതുകൊണ്ട് രണ്ടുപേരും ഒരുമിച്ചാണ് എല്ലാം ചെയ്യുക. അവർ രണ്ടുപേരും വലിയ കൂട്ടായിരിക്കുന്നു. ഒരു മുറിയിലാണ് താമസവും. ജോലി കഴിഞ്ഞ് വന്നാൽ ഉടൻ ഫൈസൽ അമീനിന് വീഡിയോ കോൾ ചെയ്യും. കുറേ നേരം സംസാരിക്കും, അത് കഴിഞ്ഞ് മാത്രമേ ബാക്കി എല്ലാ കാര്യങ്ങളും അവനുള്ളൂ.

ഫൈസൽ കട്ടിലിൽ കിടന്ന് ഫോൺ ചെയ്യുകയാണ്. വാപ്പയോടും ഉമ്മയോടും സാധാരണ കുശലാന്വേഷണങ്ങൾ നടത്തി അമീന് ഫോൺ കൊടുത്തു.

സലാം പറയുന്നതിനും മുൻപ് അമീനിനെ കണ്ടതും സഫർ ചിരിച്ചുകൊണ്ട്, "അള്ളാ, ഇതാരാ അമിനുപ്പാപ്പേ?"

അമീൻ അവന്റെ നിഷ്കളങ്കമായ ചിരിയിൽ "അവടെ ഇപ്പൊ സമയം എത്രയായെടേ ഇക്കാ?"

"നീയെന്തിനാ എല്ലാ ദിവസവും വിളിക്കുമ്പോൾ ഇവിടുത്തെ സമയം ചോദിക്കണത്?"

"പറയെടാ."

"ആറ് മണി."

"ഇവടെ 7.30 ആയി."

"ഓ, വല്യ കാര്യായി."

"അവടത്തെ റോഡ് ഒക്കെ ഒന്ന് കാണിച്ചേ..."

"എന്തിനാ, വണ്ടികളുടെ എണ്ണം എടുക്കാനാ അനക്ക്?"

"നീ കാണിക്ക്."

ഫൈസൽ 'ഈ ചെക്കൻ' എന്നും പറഞ്ഞ് കട്ടിലിൽ നിന്നെണീറ്റു ജനലിലൂടെ റോഡ് കാണിച്ചു കൊടുത്തു.

"മതിയാ?"

"ആ, മതി."

"നീ ചോറ് തിന്നാ?"

"ആ ഞാൻ നെയ്ച്ചോറ് തിന്ന്. ഇന്ന് ഉമ്മ നെയ്ച്ചോറ് ഉണ്ടാക്കി ഇവടെ."

"ഓ... നീ ഉപ്പാപ്പ അല്ലേ, നിനക്ക് എന്താ സുഖം."

അവരുടെ സംസാരത്തിനിടയിൽ അമീൻ സഫറുമായും സംസാരിക്കുന്നുണ്ട്. അവർ തമ്മിൽ പരിചയം ആയി.

അതിന് അവൻ മറുപടി ചോദ്യമെന്നോണം ചോദിച്ചു. "നീ എന്നാ വരാ?"

"വേഗം വരും."

അമീനിന്റെ ആ ചോദ്യത്തോടെ ഫൈസലിന്റെ ഭാവം പെട്ടെന്ന് മാറിയത് സഫർ ശ്രദ്ധിച്ചു. പിന്നീട് അവന് സംസാരിക്കാൻ കഴിയാതെയായി.

അവൻ അമീനിനോട് പറഞ്ഞു. "എന്നാ ഞാൻ നാളെ വിളിക്കാ, നീ ഒറങ്ങിക്കോ."

അമീൻ പറഞ്ഞു. “ആ... ശരി.”

“ഒരുമ്മം താടാ.”

അവർ പരസ്പരം ഉമ്മം കൊടുത്ത് കോൾ ഡിസ്കണക്ട് ചെയ്തു.

സാധാരണ ഒരുപാട് സമയം ഇരുവരും സംസാരിക്കുന്നതാണ്. എന്നാൽ ഇന്ന് പെട്ടെന്ന് നിർത്തി. ഇത് സഫറിന്റെ ശ്രദ്ധയിൽ പെട്ടു. സംസാരം നിർത്തി വിഷമത്തോടെ കട്ടിലിൽ കിടക്കുന്നു.

“ഇന്നെന്തേ നേരത്തെ നിർത്തിയാ?” ഫൈസലിനോട് സഫർ ചോദിച്ചു.

“ആ...”

“എന്താ അന്റെ മൂഡ് മാറിയല്ലോ.”

“ഏയ് ഒന്നൂല്ല.”

“അമീൻ അന്നോട് എന്നാ വരാന്ന് ചോദിച്ചിട്ടുണ്ടാവുംലേ?” സഫർ പുഞ്ചിരിയോടെ ചോദിച്ചു.

“എങ്ങനെ മനസ്സിലായി?

“അവൻ അത് ചോദിച്ചാലാണല്ല അന്റെ കിളിപോകാ.”

“പോടാവടന്ന്. കിളി പോണതാന്നല്ല. അന്നോട് ഞാൻ പറഞ്ഞിട്ടില്ലേ, ഓൻ ജനിച്ചപ്പത്തൊട്ട് ഞാനാ നോക്കിയത്, ഇവടെ വരണതുവരെ എന്റട്ത്താ ഓൻ ഒറങ്ങാറൊള്ളൂ. ഇന്റെ കൂടെ എല്ലാ സ്ഥലത്തേക്കും വരും. ഞാൻ എന്നും വൈകിട്ട് ഞങ്ങടെ ബീച്ചില് ഓനായിട്ട് പോകും കളിക്കാൻ. ഇപ്പോ അതൊന്നും ഇല്ലല്ലാ? അവനെ മിസ്സ് ചെയ്യുന്നത്ര വേറെ ഒരു വെഷമവും എനക്കില്ല. അവൻ എന്നാ വരാന്നുകൂടി ചോദിക്കുമ്പോൾ സഹിക്കാൻ പറ്റൂല്ല.”

അത് പറഞ്ഞപ്പോഴേക്കും ഫൈസലിന്റെ ശബ്ദം ഇടറി. ഫൈസലിന്റെ വിഷമം മാറ്റാനെന്നോണം സഫർ അവനോട് പറഞ്ഞു.

“വാ, നമ്മക്കൊന്ന് പുറത്ത് പോയിട്ട് വരാം.”

* * *

ലോകം മുഴുവൻ കൊറോണയുടെ പിടിയിലേക്ക് വീണ് തുടങ്ങിയോ എന്ന് സംശയിച്ച കാലമായിരുന്നു അത്. മാസ്കും ഗ്ലൗസും നിർബന്ധമാണെന്ന് ഓഫീസുകളിലും മറ്റ് സ്ഥാപനങ്ങളിലും നിയമം വന്നിരിക്കുന്നു. കൊറോണയുടെ ഭീകരമായ അവസ്ഥ ലോകം മുഴുവനും വാർത്താമാധ്യമങ്ങളിലൂടെ എല്ലാവരും കണ്ട് തുടങ്ങി.

ജനങ്ങളിൽ ആശങ്കയേറി. ഗവണ്മെന്റും കാര്യമായി കൊറോണയെ പ്രതിരോധിക്കാനുള്ള വഴികളാരാഞ്ഞുകൊണ്ടിരുന്നു.

എല്ലാ ഓഫീസുകളിലും തൊഴിലാളികൾ കുറഞ്ഞു. സമ്പൂർണ്ണ മായും യാത്രാമാർഗ്ഗങ്ങൾ ഏതാണ്ട് നിലച്ച മട്ടിലായി. പള്ളികളിലെ ബാങ്ക് വിളികൾ നിലച്ചിരിക്കുന്നു. ഭീകരമായ അവസ്ഥ, ഭീതിയോടെ മാത്രം എല്ലാവരും ജീവിക്കുന്നു. നിസ്കാരങ്ങൾ ഇല്ലാതെ, നടത്താ നാവാത്ത നിലപോലും വരാനുള്ള സാദ്ധ്യതയുണ്ടോ എന്നായി. ചില പള്ളികൾ അടച്ചു.

എല്ലാവരും വീടുകളിൽ നിസ്കരിക്കാൻ പറഞ്ഞുകൊണ്ടുള്ള ബാങ്ക് വിളികൾ പള്ളികളിൽനിന്ന് മുഴങ്ങി.

ആ ബാങ്ക് വിളി ശ്രദ്ധിച്ചുകൊണ്ട് റൂമിലെ ഒരു കട്ടിലിൽ ഇ രുന്നുകൊണ്ട് ഫൈസൽ സഫറിനോട് പറഞ്ഞു.

“എത്ര നിസ്സാരമായ വൈറസാണെന്ന് നോക്ക്. വിശ്വസിക്കാൻ പറ്റുന്നില്ല ഈ ഒരു അവസ്ഥ.”

അവൻ സഫറിനെ നോക്കി ചോദിച്ചു. “നീ ശ്രദ്ധിച്ചോ ആ ബാങ്ക് വിളി?”

ഫൈസൽ തുടർന്നു. “അഞ്ച് നേരവും നിസ്കരിക്കാൻ പള്ളി യില് വരാൻ പറഞ്ഞ് കൊടുക്കണ ബാങ്ക്, നിങ്ങൾ വീട്ടിൽ നിസ്ക രിക്കാൻ പറഞ്ഞ് കൊട്ക്കാ. ജുമുഅ വരെ പാടില്ലാന്നാ.” ഫൈസൽ തുടർന്നു. “നമ്മളൊക്കെ ജാതീം മതോം പറഞ്ഞ് പരസ്പരം തല്ല് കൂടും. ഒര് ജാതിയില് പെട്ടോര് തന്നെ അതില് തരം തിരിഞ്ഞ് തല്ല് കൂടും. എന്റെ വിശ്വാസമാണ് വലുത്, നിന്റെ വിശ്വാസമാണ് വലുതെന്ന് പറഞ്ഞ് കൂടപ്പിറപ്പുകളായിട്ട് ബന്ധംവരെ പിരിക്കും.”

ഒന്ന് നിർത്തി അൽപം ഒരു പുഞ്ചിരി കലർത്തി അവൻ സഫ റിന്റെ മുഖത്തേക്ക് നോക്കി പറഞ്ഞു.

“ശരിക്കും ഇതൊക്കെ മനുഷ്യന്മാർക്കിടയിലല്ലേ ഒള്ളൂ, പട ച്ചോന്റെ കണ്ണില് എല്ലാവരും ഒന്നാണ്. കണ്ടില്ലേ, പ്രാണികൾ വീഴുന്ന പോലെ മനുഷ്യന്മാര് മരിച്ചുവീഴുന്നത്. ഇത്രേം ഒള്ളൂ നമ്മടൊക്കെ ആയുസ്സ്. നമ്മളൊക്കെ ഈ പരസ്പരം ഒള്ള തല്ല് കൂട്ടം കൊണ്ടാകും നിന്റെ ഒന്നും ഇബാദത്ത് കൂടി എനിക്ക് വേണ്ടെന്നും പറഞ്ഞ് മൂപ്പര് പള്ളീം അമ്പലോം ഒക്കെ അടച്ചിട്ടത്.”

അത് പറഞ്ഞുകൊണ്ട് ആകാശത്തേക്ക് നോക്കിക്കൊണ്ട് അവൻ തമാശ പറയുന്നപോലെ പറഞ്ഞു. “പൊറുത്ത് താ പടച്ചോനേ...”

പക്ഷേ സഫർ എല്ലാം കേട്ട് എന്തോ ആലോചിച്ചെന്നപോലെ വെറുതെ ഇരുന്നു. സജാദിനെ അവനോർമ്മ വന്നു.

* * *

കൊറോണയുടെ വ്യാപനം... ഈ സാഹചര്യത്തിൽ ഏറ്റവും യാതനകൾ അനുഭവിക്കേണ്ടി വന്നത് മറിയയയുടെ തൊഴിലിലായിരുന്നു. സാധാരണ എല്ലാ തൊഴിലുകളുംപോലെ ഒന്നല്ല നേഴ്സിംഗ് മേഖല എന്ന് ലോകം തിരിച്ചറിഞ്ഞ നാളുകൾ.

ഇന്ന് മറിയയും അവളുടെ സഹപ്രവർത്തകരും അവരുടെ മെഡിക്കൽ സെന്ററിൽ. ഒന്നും പഴയതുപോലെയല്ല.

സാധാരണ ചികിത്സയ്ക്ക് ഒരുപാട് രോഗികൾ വന്നിരുന്ന അവരുടെ ക്ലിനിക്കിലെ അവസ്ഥ മാറി. ഗവ. കൺട്രോളിൽ പ്രവർത്തിക്കുന്ന മരുഭൂമിയിലെ ഒരു പ്രത്യേക ക്യാമ്പിലേക്ക് അവർ മാറുകയും ചെയ്തു.

വിജനമായ മരുഭൂമിയിൽ വെളുത്ത ഒരു കൂടാരംപോലുള്ള ഒരു കേന്ദ്രം. അവിടെ ജോലി ചെയ്യുന്നവർ ആരാണെന്നുപോലും അറിയാത്ത വിധം, ആ കൂടാരത്തിന്റെ നിറം പോലെ വെളുത്ത പ്രത്യേക വസ്ത്രം ധരിച്ച ആരോഗ്യപ്രവർത്തകർ.

ആ കൂടാരത്തിനുള്ളിൽ പ്രത്യേകം തിരിച്ചിട്ടുള്ള അറകൾ. അതിൽ കോവിഡ് എന്ന മഹാമാരി ബാധിച്ച് മരണത്തിനും ജീവിതത്തിനും ഇടയിൽ എങ്ങോട്ടെന്നറിയാതെ യാതനകൾ അനുഭവിച്ച് കഴിയുന്ന രോഗികൾ.

മണിക്കൂറുകളോളം മറിയയടങ്ങുന്ന നേഴ്സിംഗ് സംഘം ഒന്ന് ശ്വസിക്കാൻ മാത്രം കഴിയുന്ന തരത്തിലുള്ള ആ പ്രത്യേക മെഡിക്കൽ കിറ്റ് ധരിച്ചുകൊണ്ട് അവിടെ കടുത്ത യാതനകൾ അനുഭവിച്ച് രോഗികളെ പരിപാലിക്കുന്നു.

അവരുടെ ഉറക്കവും അതേ വസ്ത്രത്തിനുള്ളിൽതന്നെ. ആ ദിവസങ്ങളിൽ അവരുടെ വസന്തത്തിന്റെ മുഖംമൂടിയിലൂടെ, ജോലിഭാരത്തിന്റെയും ഉറക്കക്ഷീണത്തിന്റെയും കാഠിന്യം ചുവന്ന കണ്ണുകളായി മാത്രം തെളിഞ്ഞ് കാണാമായിരുന്നു. രാത്രിയുടെ മദ്ധ്യത്തിലും ആ മരുഭൂമിയിലെ ഭീതിപ്പെടുത്തുന്ന ശബ്ദത്തിലും വെളിച്ചത്തിലും ആംബുലൻസുകൾ വന്നുകൊണ്ടിരുന്നു.

പല ആളുകളിലും സിംപ്റ്റംസ് കണ്ടുതുടങ്ങി. യു.എ.ഇയിലെ ഒരുവിധപ്പെട്ട എല്ലാ ബാച്ചിലേഴ്സ് റൂമുകളിലും കൊറോണ വന്നുവെന്ന് മറിയ ഫോൺ ചെയ്തതിലൂടെ സഫറും ഫൈസലും അറിയുന്നുണ്ടായിരുന്നു.

എല്ലാ മുറികളിലും പലർക്കും കഠിനമായ ചുമയും തലവേദനയും പനിയും മൂലം എല്ലാവരും ക്ഷീണിച്ചിരിക്കുന്നു. പല ബിൽഡിംഗുകൾക്കും താഴെയും ആംബുലൻസുകൾ വന്ന് പലരെയും കൊണ്ടു

പോകുന്നു. രാത്രിയുടെ ഇരുട്ടുകൾക്ക് ആംബുലൻസിന്റെ വെളിച്ചവും കാഴ്ചയെ ഭീതിപ്പെടുത്തുന്ന നശീകരണ പ്രവർത്തനങ്ങളും മാത്രം.

അതിനിടെ കഠിനമായ ചുമ മൂലം ഫൈസലും പ്രയാസപ്പെട്ടു. അവന് അല്ലെങ്കിലേ തുമ്മലുള്ളതാണ്. ശ്രദ്ധിക്കണം എന്ന് മറിയ അവനോട് നിരന്തരം ആവശ്യപ്പെട്ടു. രാത്രിയിൽ അവന് കഠിനമായ പനിയും ചുമയും മൂലം ഉറക്കം നഷ്ടപ്പെട്ടിരിക്കുന്നു. അവൻ ബാൽക്കണിയിൽ നിന്ന് മറ്റുള്ളവരെ ബുദ്ധിമുട്ടിക്കേണ്ട എന്നു കരുതി ചുമയെ അടക്കിപ്പിടിക്കാൻ ശ്രമിച്ചുകൊണ്ടിരുന്നു.

പക്ഷേ നിയന്ത്രിക്കാൻ കഴിയുന്നതിലും ഭീകരമായ അവസ്ഥയായിരുന്നു അത്. അവന്റെ ഭീകരമായ ഈ ചുമ കേട്ട് ബാൽക്കണിയിലെ ലൈറ്റ് ഇട്ട് സഫറും മറ്റ് റൂമിലുള്ളവരും അങ്ങോട്ടേക്ക് ചെന്നു. ലൈറ്റ് ഇട്ട് അവർ നോക്കിയപ്പോൾ അവന്റെ കണ്ണുകൾ ചുമന്ന് നിറഞ്ഞൊഴുകുന്നുണ്ടായിരുന്നു.

അവൻ നിലത്ത് ബാൽക്കണിയുടെ തിണ്ണയിൽ പിടിച്ചിരിക്കുകയുണ്ടായിരുന്നു. സഫർ അവന്റെ അടുത്തേക്ക് ചെല്ലാനായി തുനിഞ്ഞു.

"ടാ എന്താടാ..."

മറുപടി പറയാനാവാതെ, ചുമച്ചുകൊണ്ട് അടുത്തേക്ക് വരരുത് എന്ന അർത്ഥത്തിൽ കൈകൊണ്ട് നിൽക്കാൻ ആംഗ്യം കാണിച്ചു.

ഒരു കണക്കിന് ചുമച്ചുകൊണ്ടുതന്നെ അവൻ പറഞ്ഞു.

"ആംബുലൻസ് വിളിക്ക്."

ബാൽക്കണിയുടെ വാതിൽ അടയ്ക്കവേ ഫൈസലും സഫറും പരസ്പരം നോക്കിയിരുന്നു.

രണ്ട് ലോകത്തിലെന്ന പോലെ അവർ നിന്നു. അപ്പോഴേക്കും ഫൈസലിന്റെ ശ്വാസം തടസ്സപ്പെട്ടിരുന്നു. എന്ത് ചെയ്യണമെന്നറിയാതെ സഫർ വിറച്ചുകൊണ്ടുതന്നെ മറിയയെ വിളിച്ചു.

* * *

ക്യാബിനിൽ ഫൈസൽ ശ്വസിക്കാൻ പ്രയാസപ്പെട്ട് കിടക്കുകയാണ്. അവൻ അവന്റെ മൊബൈൽ എടുത്ത് ഒരു വോയ്സ് റെക്കോർഡ് ചെയ്യാൻ തുടങ്ങി.

"സഫറേ, അസ്സലാമു അലൈക്കും. ടാ, പരമാവധി ശ്രദ്ധിക്കണേ. കൊറോണ ഭയങ്കര പ്രശ്നാടാ. തലയും ശരീരം ഒക്കെ പൊളിയണ വേദനാണ്. ഇനിക്ക് ശ്വസിക്കാനും പറ്റണില്ലടാ. ഇവിടന്ന് ആരോക്കെ മരിച്ച് പോകനിണ്ട്. ഞാൻ തിരിച്ച് വരുന്നൊന്നും തോന്നണില്ല. ഞാൻ വന്നില്ലെങ്കിൽ നീ അമീനിന്റെ അടുത്തൊന്ന്

പോകണം. അവനോട് നീ ഒന്നും പറയണ്ട, അവന് എല്ലാം മനസ്സി ലാകും.”

ആ വോയ്സ് അവസാനിപ്പിക്കുന്നതിന് മുൻപായി അവൻ ഒന്ന് തേങ്ങിയതിന്റെ ശബ്ദം അതിലുണ്ടായിരുന്നു.

സെക്കന്റുകളുടെ നിശ്ശബ്ദതയ്ക്ക് ശേഷം അവസാനമായി അവൻ പറഞ്ഞു. “തീരെ വയ്യടാ.”

ഈ വോയ്സ് സഫർ അവന്റെ ബാൽക്കണിയിൽ നിന്ന് കേട്ട് അവന്റെ കണ്ണുകൾ നിറഞ്ഞു. അവൻ അവിടെ നിന്ന് നിസ്സാഹായ നായി കരഞ്ഞു.

ആ രാത്രി പുലർന്നതോടുകൂടി ആ ക്യാമ്പിൽ നിന്നും നാല് പേർ കൂടി മരണത്തിന് കീഴടങ്ങി. മരുഭൂമിയിൽ സുബ്ഹി ബാങ്കിന്റെ ധ്വനികൾ മുഴങ്ങുമ്പോൾ ആ ക്യാമ്പിൽനിന്നും നാല് മൃതദേഹങ്ങൾ പുറത്ത് ആബുലൻസിലേക്ക് കയറ്റി, പുലർകാലവെളിച്ചത്തിൽ ലൈറ്റുകൾ മിന്നിച്ചുകൊണ്ട് നിരനിരയായി പോയിത്തുടങ്ങി.

ദൂരെ മരുഭൂമിയിൽനിന്നും ആ വാഹനങ്ങൾ പോകുന്നത് ആരോ നോക്കിനിൽക്കുന്നതുപോലെ തോന്നി. ഫൈസലിന് സുഖ മില്ലെന്നും അത് വീട്ടിലറിയിക്കണമെന്നും പറഞ്ഞതനുസരിച്ച് അവൻ ഉപ്പയെ വിളിച്ച് പറഞ്ഞു. അത് കേട്ട് അമീനാണ് ഏറ്റവും സങ്കടം എന്ന് കേട്ടപ്പോൾ സഫർ കണ്ണടച്ച് കിടന്നു.

* * *

അമീൻ ഒറ്റയ്ക്ക് അവന്റെ മുറിയിൽ കിടക്കുകയാണ്. അവന്റെ കട്ടി ലിനോട് ചേർന്നുള്ള ചെറിയ ടേബിളിൽ ഫൈസലിന്റെയും അമീ നിന്റെയും ഒരു ഫോട്ടോ വച്ചിട്ടുള്ളതിലേക്ക് മിന്നൽ അടിച്ച് തെളിഞ്ഞുകൊണ്ടിരുന്നു.

ഇക്കാക്കയുടെ അസുഖം അറിഞ്ഞ് ആരോടും സംസാരിക്കാ റില്ല അമീൻ. ഇക്കയുമായി കളിച്ചിരുന്ന കടപ്പുറത്ത് വൈകുന്നേര ങ്ങളിൽ ചെന്നിരിക്കും. കളിക്കാതെ അവൻ അവിടെ എല്ലാവരും കളിക്കുന്നത് നോക്കി കടലിനെ അഭിമുഖമായി ഇമവെട്ടാതെ നോക്കിയിരിക്കും. ആരെയോ കാത്തിരിക്കുന്നപോലെ. അവന്റെ വീട്ടിൽ സഫർ വന്നിരിക്കുകയാണ്. ഫൈസലിന്റെ ഉമ്മയും ഉപ്പയും കരച്ചിൽ തുടങ്ങി. അമീനിന്റെ ഉപ്പ ചോദിച്ചു.

“മോൻ എന്നാ വന്നത്?”

“ഇന്നലെ.”

“അവന് അലർജി ഉണ്ടായിരുന്നു, അത് കാരണാന്നാ എല്ലാരും പറയണത്. മരുന്ന് ഒക്കെ ഉണ്ട് പക്ഷേ ഓൻ ശരിക്ക് കഴിക്കൂല്ല.”

ശബ്ദം വിറച്ചുകൊണ്ട് ഉമ്മ ചോദിച്ചു. "അന്നും നല്ല തുമ്മലിണ്ടായിരുന്നലേ അവന്?"

അവൻ മറുപടിയായി ഒന്ന് മൂളി. ഉമ്മയുടെ കരച്ചിൽ ശബ്ദമായി പുറത്തേക്ക് വന്നതോടുകൂടി ഉപ്പയുടെയും കണ്ണുനീർ പൊടിഞ്ഞു തുടങ്ങി. നിസ്സഹായ അവസ്ഥയിൽ ഉപ്പയും പറഞ്ഞു.

"ഒരു മെഡിക്കൽ ക്യാമ്പ് കഴിഞ്ഞാൽ ഉടനെ ഫൈസലിന് നാട്ടിൽ എത്താൻ കഴിയുമെന്ന് കരുതുന്നുണ്ട്."

"പടച്ചോൻ വിധിക്കണതല്ലേ, നമുക്ക് എന്ത് ചെയ്യാൻ പറ്റുംലേ..." ഉപ്പ പറഞ്ഞു.

"അമീൻ എവടെ, കണ്ടില്ലല്ലോ?"

"അവന്റെ കാര്യം ആലോചിക്കുമ്പോഴാണ് വല്ലാത്തൊരു വിങ്ങല്, അവർ രണ്ടാളും കളിച്ചിരുന്ന ആ ബീച്ചിൽ എന്നും പോയി ഇരിക്കും. അവന് അസുഖമാണെന്നറിഞ്ഞ ഷോക്കിൽനിന്ന് കരകയറാൻ അല്പം സമയമെടുക്കുമെന്നാണ് ഡോക്ടർ പറഞ്ഞത്."

"ഞാൻ അമീനെ ഒന്ന് കാണട്ടെ."

സഫർ നടന്ന് ചെന്ന്, കടലിലേക്ക് നോക്കി ഇരിക്കുന്ന അമീനിന്റെ പിറകിലായി നിന്നു. അമീൻ അറിഞ്ഞതേയില്ല. അവിടെ കുട്ടികൾ കളിക്കുന്നുണ്ടായിരുന്നു. അലയടിക്കുന്ന തിരമാലകളെയും അതിന്റെ മടിത്തട്ടിലെന്നപോലെ കളിക്കുന്നവരെയും ഇമ വെട്ടാതെ അവൻ നോക്കിയിരുന്നു. തിരമാലകളുടെ ശബ്ദത്തിനിടയിലും അവൻ ആ ശബ്ദം കേട്ടു.

"അമീൻ കളിക്കുന്നില്ലേ?"

വലിയ വേഗതയിലൊന്നുമല്ലാതെ അവൻ പാതി മാത്ര അവന്റെ മുഖം തിരിച്ചു. അവന്റെ തൊട്ടുപുറകിലായി കാലുകൾ മാത്രം കാണെ നിൽക്കുന്ന ആൾ ആരെന്നറിയാൻ അമീൻ മുഖം ഉയർത്തി നോക്കി. ഒറ്റനോട്ടത്തിൽതന്നെ അവന് തന്റെ ജീവന്റെ ജീവനായ ഇക്കയുടെ സുഹൃത്തായ സഫറിനെ മനസ്സിലായി. അവൻ എണീറ്റു.

"ഇല്ല. എനിക്ക് ഇക്കയെ കാണണം."

"കാണാലോ. ഇക്ക ഉടനെ വരൂലോ."

അവന്റെ കണ്ണുകൾ തിളങ്ങി.

"ആണോ?" അമീന്റെ സന്തോഷം കണ്ട് സഫറിനും സന്തോഷം തോന്നി.

സ്വന്തം അനിയനെപ്പോലെ സഫർ അമീനിനെ കെട്ടിപ്പിടിച്ചു. അമീനിന്റെ കണ്ണുനീർ വീണ് സഫറിന്റെ ഷർട്ട് നനഞ്ഞു. അമീൻ

സങ്കടം തീരുവോളം കരഞ്ഞു. അവന്റെ വികാരം കടൽപോലെ ശാന്തമാകുന്നതുവരെ അവന്റെ തലയിൽ സഫർ തലോടിക്കൊണ്ടിരുന്നു.

"ഞാനും നിന്റെ ഇക്ക അല്ലെടാ..." സങ്കടംകൊണ്ട് സഫറിന്റെ ശബ്ദവും ഇടറിയിരുന്നു.

അമീൻ തലയാട്ടി. അത് കണ്ടപ്പോൾ സഫറിന് അൽപ്പം സമാധാനമായി. അവനെ പൂർവ്വസ്ഥിതിയിലേക്ക് കൊണ്ടുവരാനെന്നോണം സഫർ പറഞ്ഞു. "എന്നാ വാ, നമുക്ക് കളിക്കാം."

ആ മണൽത്തിട്ടയിലൂടെ അവൻ അമീനിന്റെ ഇക്കയായിത്തന്നെ കൈകോർത്ത് പിടിച്ച് നടന്നു. അപ്പോൾ അകലെ ചുവന്ന സൂര്യൻ കടലിലേക്ക് മറയുകയായിരുന്നു.

പ്രണയംതന്നെ ജീവിതം

അർച്ചനയും സകരിയയും ഉറങ്ങാതെ കിടക്കുകയാണ്. തൊട്ടടുത്തു തന്നെ മോളുമുണ്ട്. കെട്ടിപ്പിടിച്ചുകൊണ്ടുള്ള ആ കിടപ്പിൽ സകരിയ അർച്ചനയോട് ചോദിച്ചു, "എന്താടോ ഒരു മൂഡോഫ്?"

"ഏയ്, ഒന്നും ഇല്ല."

"ഉറപ്പാണോ?"

"അതെ."

"എന്നാ ഉറങ്ങിക്കോ"

സകരിയ, അവളുടെ അരയിൽനിന്നും കെട്ടിപ്പിടുത്തം ഒന്നയച്ചു. എന്നാൽ അർച്ചന, അരുത് എന്ന അർത്ഥത്തിൽ ആ കൈകൾ തന്റെ അരക്കെട്ടിൽതന്നെ ഉറപ്പിച്ചു. അവളെ എന്തോ വിഷമം അലട്ടുന്നുണ്ടെന്ന് സകരിയയ്ക്ക് മനസ്സിലായെങ്കിലും അവൻ അത് കണ്ടില്ലെന്ന് നടിച്ചു. അപ്പോൾ അതല്ലേ പറ്റൂ എന്ന് അവനും തോന്നി.

"പറയടോ... എന്താ പ്രശ്നം?"

"ഏയ്, പ്രശ്നം ഒന്നൂല്ല."

"എനിക്ക് മനസ്സിലായി."

"എന്താ?"

"എടോ, നമ്മൾ സ്നേഹിച്ചല്ലേ കല്യാണം കഴിച്ചത്. അല്ലാതെ മതം മാറാനും സിറിയയ്ക്ക് പോകാനും അല്ലല്ലോ. പിന്നെ അയാളൊക്കെ ചാനലില് വന്നു ഇരുന്നു പറയണതിന് എന്തിനാടോ മൂഡോഫ് ആകുന്നത്?

അവൾ അത് കേട്ടതും തിരിഞ്ഞു മുഖാമുഖം കിടന്നു. അവളുടെ കണ്ണുകൾ ചുമന്നിരുന്നു. സകരിയ അവളുടെ കണ്ണുകളിലേക്കു നോക്കി.

"എന്താടോ, ഇതിപ്പോ ആദ്യായിട്ടൊന്നും അല്ലല്ലോ."

"ശരിയാണ്, പക്ഷേ ഇതൊക്കെ കേട്ടിട്ട് അപ്പയും അമ്മയും എന്തോരം വിഷമിക്കുന്നുണ്ടാകും, അത് ഓർക്കുമ്പോഴാ..."

അവളെ സമാധാനിപ്പിച്ചുകൊണ്ട് സകരിയ പറഞ്ഞു. "ഏയ്, അവർക്കറിയാലോ നമ്മൾ എവിടാന്ന്. പിന്നെ അവരിതൊന്നും കേട്ട് വിശ്വസിക്കുകയുമില്ല. പിന്നെ അവരുടെ ഈ വിഷമം വേഗം മാറും. നോക്കിക്കോ."

അവൾ മൂളി. പിന്നെ പറഞ്ഞു. "അയാളും ആ സ്ത്രീയും എന്ത് നുണയും പറഞ്ഞിണ്ടാക്കുന്നവരാ. അവർ അത്ര വൃത്തികെട്ട രീതിയിലാ എന്നോട് അന്ന് സംസാരിച്ചത്. അപ്പ ആദ്യായിട്ടായിരുന്നു അന്ന് എന്നെ തല്ലിയതും."

അവൾ കരയാൻ തുടങ്ങി. അവളുടെ നനഞ്ഞ കണ്ണുകൾ സകരിയ തുടച്ചു

"അതൊന്നും സാരല്ലടോ. അവരുടെ കാര്യം ഒന്ന് ആലോചിച്ച് നോക്ക്, എല്ലാ അച്ഛനമ്മമാരും അങ്ങനല്ലേ ചെയ്യൂ, ആ സമയത്ത്."

"ഞാൻ ഒരു ദിവസം അവരെ കാണാൻ ചെല്ലുമെന്ന് അവർ കരുതുന്നുണ്ടാവോ?" അവൾ ഇടറിയ ശബ്ദത്തിൽ ചോദിച്ചു.

"അത് ഉറപ്പാണ്, അവർക്കറിയാം നമ്മൾ ഒരു ദിവസം ചെല്ലുമെന്ന്."

"ഉറപ്പാണോ?"

"ആടോ. ഉറപ്പാണ്. എന്തായാലും മറ്റന്നാൾ നാട്ടിൽ പോകുമ്പോ നമക്ക് അവടെ പോകാം."

"എന്താടോ ഒന്നും മിണ്ടാത്തത്?"

"എന്തെങ്കിലും കൊഴപ്പാവോ?"

"അറിയില്ല, നോക്കാം."

അവൾ പതിയെ മൂളി. സകരിയയുടെ വാക്കിന്റെ ബലത്തിൽ സമാധാനമായി ഉറങ്ങാൻ അവൾക്ക് അവൻ ചെറുപുഞ്ചിരിയോടെ ഒരു ചുംബനം നൽകി. അവർ ഉറങ്ങാൻ ശ്രമിച്ചുവെങ്കിലും അവളുടെ ചിന്തകൾ വീട്ടിൽ അന്ന് നടന്ന സംഭവത്തിലേക്ക് ഊർന്നുപോയി.

* * *

അന്ന് താൻ നല്ല ഉറക്കത്തിലായിരുന്നു. രാത്രി പതിവായി ഇടാറുള്ള ലൈറ്റ് ഇട്ടിട്ടില്ല. ഫാൻ ഇടാതെ കിടന്നതുകൊണ്ട് തന്നെ വിയർത്തിരുന്നു. അപ്പയോടും അമ്മയോടും ഉള്ള ആ സംസാരത്തിനുശേഷം ആ വേഷത്താലേ കിടന്നതായിരുന്നു. ഇടയ്ക്ക്

ഉണർന്നപ്പോൾ ഹാളിൽ ആരുടെയോ സംസാരം കേൾക്കുന്നത് താൻ ശ്രദ്ധിച്ചു.

അപ്പ ഫോണിലാണ്.

“ഞാൻ എന്ത് ചെയ്യാനാ രാജേന്ദ്രാ, എന്ത് പറഞ്ഞിട്ടും മനസ്സിലാവുന്നില്ല. എന്ത് ചെയ്യണമെന്ന് ഞങ്ങൾക്ക് ഒരു നിശ്ചയോം ഇല്ല. ഞങ്ങൾ കൊറേ പറഞ്ഞുനോക്കി, പക്ഷേ മോൾക്ക് എന്ത് പറഞ്ഞിട്ടും മനസ്സിലാവുന്നില്ല.”

അപ്പയുടെ ശബ്ദത്തിന് വ്യത്യാസം വരുന്നുണ്ട്. അപ്പുറത്തു നിന്നും രാജേന്ദ്രൻ സകരിയയെ ഉപദ്രവിക്കാനോ മറ്റോ ആണെന്ന് തോന്നുന്നു അപ്പയോട് അനുവാദം ചോദിക്കുന്നുണ്ട്.

അതിനു മറുപടിയെന്നോണം അപ്പ പറയുന്നു.

“അയ്യോ അങ്ങനെ ഒന്നും ചെയ്യണ്ട, നമക്ക് ആളെ കാണാം, സംസാരിക്കാം, ഇപ്പൊ അതുമതി. എന്തായാലും രാജേന്ദ്രൻ നാളെ ഒന്ന് ഇങ്ങോട്ട് വാ. വരോ?”

അപ്പ വെറുതെ മൂളി. ആ മൂളലിൽ സങ്കടം നിറഞ്ഞിരുന്നു. അപ്പയുടെയും അമ്മയുടെയും സംസാരം കേട്ട് താൻ കിടന്നു. നേരം വെളുത്തു. പുലർച്ചെ ഉറങ്ങിയതുകൊണ്ടുതന്നെ നല്ല ഉറക്കത്തിൽപ്പെട്ടു. അപ്പ തന്നെ തട്ടിവിളിച്ചു.

“അമ്മൂ... മോളേ...”

ക്ഷീണമുള്ളതുകൊണ്ട് എണീക്കാതെ താൻ അങ്ങനെ കിടന്നു. അപ്പ തന്നെ കൈയിൽ തട്ടി വിളിച്ചു

“അമ്മൂ... എണീക്കൂ മോളേ.”

ഉറക്കച്ചടവോടെ, താൻ ഒന്നും പറയാതെ പതിയെ എഴുന്നേറ്റിരുന്നു. കട്ടിലിൽ ചാരിയിരുന്നുകൊണ്ട് അപ്പയെയും അമ്മയെയും നോക്കി. തന്റെ അടുത്തുതന്നെ അപ്പ ഇരുന്നു. അമ്മ മിണ്ടാതെ അപ്പയുടെ അടുത്ത് നിന്നു. അൽപ്പസമയം അവിടെ മൗനം തളംകെട്ടി. താൻ തല താഴ്ത്തി അങ്ങനെ ഇരുന്നു. അപ്പ തന്റെ താടി പിടിച്ച് ഉയർത്തിക്കൊണ്ടു ചോദിച്ചു.

“എന്താ പറ്റിയത് മോളേ, നിനക്ക്?”

തല ഉയർത്തി അപ്പയുടെയും അമ്മയുടെയും മുഖത്തേക്ക് താൻ ദയനീയമായി നോക്കി. അവരുടെ എല്ലാ സന്തോഷവും ഇല്ലാതായിരിക്കുന്നു എന്ന് മാത്രമല്ല മുഖം വീർത്തിട്ടുമുണ്ട്.

അവളുടെ കണ്ണുകൾ നിറഞ്ഞൊഴുകി. പെട്ടെന്ന് അവൾ അപ്പയെ കെട്ടിപ്പിടിച്ച് കരഞ്ഞു. ബലമായി അപ്പയുടെ ചുമലിൽ കൈകൾ

പിടിച്ച് ഉറക്കെ കരഞ്ഞു. ഇത് കണ്ടുനിന്ന അമ്മയ്ക്ക് സഹിക്കാനായില്ല. അമ്മയും കരയുകതന്നെ.

അപ്പ അവളെ തലോടിക്കൊണ്ടു സമാധാനിപ്പിച്ചു.

"ഏയ്, മോൾക്ക് ഒന്നും സംഭവിച്ചിട്ടില്ല, കൊഴപ്പില്ല, കൊഴപ്പില്ലാട്ടോ. അപ്പയും അമ്മയും ഇല്ലേ കൂടെ, അപ്പ അയാളെ കണ്ടു സംസാരിക്കാം. ഇതൊന്നും വേണ്ടാന്ന് പറയാം, വിഷമിക്കൊന്നും വേണ്ട. അപ്പയില്ലേ കൂടെ? അവർക്കു മോളോട് സ്നേഹം ഒന്നും അല്ല, ഇപ്പൊ നാട്ടിൽ നടക്കുന്നത് മോൾക്ക് അറിഞ്ഞൂടെ, അവർ മതം മാറ്റി മോളേ..."

അവൾ അപ്പയുടെ ചുമലിൽനിന്നും കൈകൾ മാറ്റി. പിന്നെയും അപ്പയുടെ കൈകൾ കൂട്ടിപ്പിടിച്ച് പറഞ്ഞു.

"ഇല്ല അപ്പാ, സകരിയ അങ്ങനെയുള്ള ആളല്ല, ഒന്നും ചെയ്യില്ല. അവനെ എനിക്കറിയാം, എന്നെ വല്യ ഇഷ്ടാണ് അപ്പാ."

താൻ വീണ്ടും പൊട്ടിക്കരഞ്ഞു. അപ്പ ഒന്നും പറയാതെ ശില പോലെ ഇരുന്നു. ആ വീട്ടിൽ അന്ന് ആരും സംസാരിച്ചില്ല. യാന്ത്രികമായി ഒരു ദിവസത്തിന്റെ വൈകുന്നേരം. അന്ന് ആ വീട്ടിൽ വിളക്ക് വെച്ചിട്ടില്ല. താനാണ് എന്നും വീട്ടിൽ വിളക്ക് വെക്കുക. താൻ ഇന്ന് ആ മുറിയിൽ ഇരുന്നു കഴിച്ചുകൂട്ടി.

ഹാളിൽ രാജേന്ദ്രൻ എന്ന അപ്പയുടെ സുഹൃത്ത് എത്തിയിരിക്കുന്നുവെന്നു തനിക്കു മനസ്സിലായി. അയാളുടെ ശബ്ദം താൻ തിരിച്ചറിഞ്ഞു. അല്ലെങ്കിൽ അയാളുടെ വരവ് തനിക്ക് ഇന്നലെത്തന്നെ അറിയാമായിരുന്നു. പക്ഷേ അയാളുടെ കൂടെ ഒന്ന് രണ്ടു പേരുടെ സംസാരം കൂടി കേൾക്കുന്നുണ്ട്. അപ്പ, അവരോട് വളരെ വിഷമത്തോടെ പറയുന്നത് താൻ കേൾക്കുന്നുണ്ടായിരുന്നു.

"ഞങ്ങൾ എന്ത് പറഞ്ഞിട്ടും മോൾക്ക് മനസ്സിലാകുന്നില്ല." അപ്പ അവരോട് പറഞ്ഞു.

പക്ഷേ അതിനു മൂളിയത് രാജേന്ദ്രനോ അവരുടെ കൂടെ വന്ന വന്നവരോ ആയിരുന്നില്ല. പകരം ഒരു സ്ത്രീയുടെ മൂളലായിരുന്നു. ആ മൂളലിനുശേഷം അമ്മ പറയുന്നതും കേട്ടു.

"ഇത് കുറെ കാലമായെന്നാ തോന്നുന്നത്."

ഗംഭീരസ്വരത്തിൽ ഒരു കല്പനപോലെ, വടിവൊത്ത ശൈലിയിൽ ഒരു സ്ത്രീയുടെ ശബ്ദം താൻ കേട്ടു.

"നിങ്ങളൊക്കെ ഇങ്ങനെ സ്വന്തം മക്കളെ കയറൂരി വിട്ടാൽ മതം മാറി ഇവറ്റകളൊക്കെ വല്ല ചാവേറുകളും ആയി മാറും. അതുകൊണ്ട് ഈ സമുദായത്തിന് തന്നെയാണ് നഷ്ടം."

ഒന്ന് പതറിക്കൊണ്ട് വളരെ സങ്കടത്തോടെ അപ്പ പറഞ്ഞു.

"ഞങ്ങൾക്ക് ഇതൊന്നും അറിയില്ലായിരുന്നു. രാവിലെ ഞാൻ കോളേജിൽ കൊണ്ടുവിടും. വൈകീട്ട് കൂടെ വർക്ക് ചെയ്യുന്ന ടീച്ചേഴ്സിന്റെ ഒപ്പം വരും. ഞങ്ങൾ ഇല്ലാതെ ഇന്നുവരെ പുറത്തുപോലും പോയിട്ടില്ല. ഇതുവരെ ഞങ്ങളോട് ഒന്നും മറച്ചു വെച്ചിട്ടുമില്ല. എല്ലാ കാര്യങ്ങളും വന്നു പറയും. ടീച്ചേഴ്സിന്റെ കാര്യങ്ങളും ഫ്രണ്ട്സിന്റെ കാര്യങ്ങളും എല്ലാം. പക്ഷേ ഇത് മാത്രം..."

അപ്പ സംസാരം നിർത്തിയതും ആ സ്ത്രീ വീണ്ടും പറഞ്ഞു തുടങ്ങി.

"ഞാൻ കുറ്റപ്പെടുത്തിയതല്ല. പക്ഷേ നമ്മൾ പോലുമറിയാതെ നമ്മടെ കുട്ടികളുടെ ശരീരവും മനസ്സും കൈവിട്ടു പോകുന്നുണ്ട്. നമ്മടെ മക്കൾ സിറിയയിലും അഫ്ഗാനിലും ഒക്കെ എത്തുമ്പോഴേ നമുക്കുവരെ അറിയാൻ പറ്റുകയൊള്ളൂ. ഇത് പ്രേമവും ഒരു മണ്ണാങ്കട്ടയും അല്ല. നല്ല പെട കിട്ടാത്തതിന്റെയാണ്."

അവരുടെ ആ ശബ്ദം മാത്രം മുഴങ്ങിക്കേട്ടു.

രാജേന്ദ്രൻ ചോദിച്ചു. "അല്ല മോളെവിടെ?

"അകത്തുണ്ട്."

അപ്പ പറഞ്ഞു. അപ്പയെയും അമ്മയെയും ആശ്വസിപ്പിക്കാനെന്നോണം രാജേന്ദ്രൻ പറഞ്ഞു.

"വിഷമിക്കൊന്നും വേണ്ട, നമ്മടെ കുട്ടിയല്ലേ, പറഞ്ഞു മനസ്സിലാക്കാം."

രാജേന്ദ്രൻ ആ സ്ത്രീയോടും പറയുന്നത് കേട്ടു.

"കുട്ടിയോട് ചേച്ചി ഒന്ന് സംസാരിക്ക്."

അവർ അധികാരത്തോടെ മൂളി. കട്ടിലിൽ ചാരിയിരുന്നിരുന്ന തന്റെ അടുത്തേക്ക് എത്തി. അവർ തന്റെ അടുത്തേക്ക് എത്തിയതും താൻ അവരെ നോക്കി. കൈയിൽ ചരട്, വലിയ സിന്ദൂരപ്പൊട്ട്, കറുത്ത കുറി. ചുമന്ന സാരി. ഉള്ളിൽ അൽപ്പം ചിരി വരാതിരുന്നില്ല. ഓരോ വേഷം.

അവരുടെ നോട്ടത്തിൽ ആധികാരിമായ ഒരു ഭാവത്തിന്റെ തീക്ഷ്ണത. അവർ തന്നെ ആകമാനം ഒന്ന് നോക്കി പരിഹാസത്തോടെയുള്ള ഒരു ചെറുചിരിയോടെ വന്ന്, തന്റെ കട്ടിലിനരികിൽ ഇരുന്നു. അവർ പറയാൻ പോകുന്നത് എന്താണെന്ന് തനിക്ക് കൃത്യമായി അറിയാമായിരുന്നു. അവരുടെ കൂടെ മുറിയിലേക്ക് വന്ന അമ്മയോടും അപ്പയോടും അവർ പറഞ്ഞു.

“നിങ്ങൾ കുറച്ച നേരം പുറത്തു നിക്ക്. ഞങ്ങൾ സംസാരിക്കട്ടെ.”

അപ്പയും അമ്മയും പരസ്പരം നോക്കി, തന്നെയും ഒന്ന് നോക്കി. അവർ ഇറങ്ങിപ്പോയി. ആ മുറിയിൽനിന്ന് അവർ പോയതിനുശേഷം ആ സ്ത്രീ തന്റെ മുഖത്തേക്ക് തീക്ഷ്ണമായി ഒന്ന് നോക്കി. അവൾ അതിനെ വലിയ വിലയൊന്നും കൊടുക്കാതെ ഇരുന്നതോടെ അവർ സംസാരിക്കാൻ തുടങ്ങി.

“അർച്ചന അല്ലേ?”

ഇഷ്ടമില്ലാത്ത മട്ടിൽ താൻ മൂളി.

“ഞാൻ രാജലക്ഷ്മി, ഒരു അദ്ധ്യാപികയാണ്. നമ്മുടെ സമുദായത്തിലെ വഴിതെറ്റിപ്പോകുന്ന കുട്ടികൾക്ക് കൗൺസിലിംഗ് കൊടുക്കുകയും അവരെ നേർവഴിയിലേക്ക് കൊണ്ടുവരികയുമാണ് എന്റെ ധർമം.”

താൻ അവരുടെ മുഖത്തേക്ക് അല്പം ഗൗരവത്തോടെ നോക്കിപ്പറഞ്ഞു. “മനസ്സിലായില്ല.”

“ഓ, ചുരുക്കിപ്പറഞ്ഞാൽ നിങ്ങളെപ്പോലുള്ള പെൺകുട്ടികൾ കണ്ട മേത്തന്മാരുടെ കൂടെ പോയി ചാവേറാവുന്നതിനു മുൻപ് രക്ഷിക്കുക. അതാണ് ആ പറഞ്ഞ ധർമം. ഇപ്പൊ മനസ്സിലായോ?”

അവരെ ഒന്ന് പുച്ഛത്തോടെ നോക്കി താൻ ചോദിച്ചു. “നിങ്ങളോട് ആരാണ് പറഞ്ഞത് മുസ്ലീമിനെ സ്നേഹിച്ചാൽ ചാവേറാകുമെന്ന്? അപ്പൊ മുസ്ലീം കുട്ടികളെ ഹിന്ദുക്കൾ സ്നേഹിക്കുന്നതോ?”

“എന്താടീ നിനക്കൊരു പുച്ഛം?”

“നിങ്ങൾ ആരാ എന്നെ ഡീ എന്നൊക്കെ വിളിക്കാൻ? നിങ്ങൾ ഒരു അദ്ധ്യാപിക ആണെന്നല്ലേ പറഞ്ഞത്. ആദ്യം മര്യാദയ്ക്ക് സംസാരിക്ക്. പിന്നെ എന്നെ ചോദ്യം ചെയ്യാൻ നിങ്ങൾക്കാരാ അധികാരം തന്നത്?”

ഇതുകേട്ടതോടെ ആ സ്ത്രീയുടെ ഭാവം മാറി.

“നിങ്ങളെപ്പോലുള്ളവർ പിഴച്ചു പോകാതിരിക്കാൻ നമ്മുടെ സമുദായം തന്ന അധികാരമാണെന്നു കൂട്ടിക്കോ.”

വീണ്ടും താൻ പരിഹസത്തോടെ ചോദിച്ചു. “നമ്മുടെ സമുദായമോ?”

തന്റെ ആ ചോദ്യത്തിന് പല അർത്ഥങ്ങൾ ഉണ്ടായിരുന്നു. അവരുടെ രണ്ടുപേരുടെയും കാഴ്ചയിൽ തന്നെ അത് മനസ്സിലാകുമായിരുന്നു. താൻ അവരെ ജാതീയമായി അധിക്ഷേപിച്ചെന്ന് അവർക്കു മനസ്സിലായി. പ്രകോപിതായി തന്നോട് ചോദിച്ചു.

“ഓ, നിന്റെയും മേത്തന്റെയും ഒക്കെ ജീനുകൾ ഒന്നാണല്ലോ അല്ലേ? നിന്നെ മാത്രം ആണോ, അതോ നിന്റെ തള്ളയേയും അവൻ...”

ഇത് പറഞ്ഞത് കേട്ട താൻ അവരുടെ മുഖത്തേക്ക് “നിങ്ങൾ...” എന്ന് പറഞ്ഞ് ആക്രോശിച്ചുകൊണ്ട് ആഞ്ഞടിച്ചു.

അടികൊണ്ട അവർ ഇരുന്നിടത്തുനിന്ന് കുതറി താഴേക്ക് വീണു. ശബ്ദം കേട്ട് അപ്പയും അമ്മയും രാജേന്ദ്രനും ഓടി ആ മുറിയിലേക്ക് വന്നു. അവർ വന്നപ്പോൾ താൻ വളരെ ദേഷ്യത്തിൽ ഇരിക്കുന്നതും ആ സ്ത്രീ താഴെ കിടക്കുന്നതുമാണ് കണ്ടത്.

“എന്താ പറ്റിയത്?”

“നിങ്ങടെ മോൾ പിഴച്ചു പോണ്ടാ എന്ന് കരുതി പറഞ്ഞതാ. കണ്ടില്ലേ?”

ഇത്രയും കാലം തന്നെ ഒരു വാക്കുകൊണ്ടുപോലും വിഷമിപ്പിക്കാത്ത അപ്പ അടുത്തക്ക് ചെന്ന് തന്നെ അടിച്ചു. ദേഷ്യംകൊണ്ടും സങ്കടംകൊണ്ടും അപ്പയുടെ കണ്ണ് ചുമന്നു. മാപ്പ് പറയുന്നപോലെ ആ സ്ത്രീയുടെ നേരെ നിന്ന് അപ്പ കൈകൾ കൂപ്പി.

അവരുടെ മുഖത്തേക്ക് നോക്കാതെ കണ്ണുകൾ അടച്ചുകൊണ്ട് തന്നോട് പറഞ്ഞു.

“നിനക്കെന്താ ആര് പറഞ്ഞാലും മനസ്സിലാകാത്തത്?”

അന്ന് അപ്പ ചോദിച്ച ചോദ്യത്തിന് എന്ത് ഉത്തരമാണ് നൽകുക? പിന്നെ സകരിയയിൽനിന്ന് എത്ര അകലാൻ ശ്രമിച്ചിട്ടും കഴിഞ്ഞതുമില്ല.

* * *

ചില വാർത്തകൾ അങ്ങനെയാണ്. ഒരു ഷോർട്ട് ഫിലിം പോലെയാണ് അന്ന് ആ ചാനൽ ഈ സംഭവത്തെ അവതരിപ്പിച്ചത്.

സ്കൂൾ വിട്ട് ഹിമ വീട്ടിലേക്ക് നടക്കുകയാണ്. ഒപ്പം സൈക്കിൾ തള്ളിക്കൊണ്ട് റോഷനും. കുറച്ച് ദൂരമെത്തിയപ്പോൾ, അവരുടെ ആ സംസാരത്തിനും സന്തോഷത്തിനും ഇടയിലേക്ക് രണ്ടു ബൈക്കുകളിലായി നാലുപേർ വന്നു. അവർ ആദ്യം അവരെ ഒരു പ്രാവശ്യം ചുറ്റിയതിനുശേഷം അവരുടെ മുൻപിലായി ബൈക്ക് വളരെ നാടകീയമായി നിർത്തി ഇറങ്ങി. അപ്രതീക്ഷിതമായ ഇവരുടെ പെരുമാറ്റത്തിൽ പകച്ച കുട്ടികളുടെ മുഖത്തേക്ക് ഒന്നും പറയാതെ അതിലൊരാൾ മാറിമാറി നോക്കി.

അവരിൽ ഒരാൾ അവളോട് ചോദിച്ചു

"നിന്റെ പേരെന്തെഡീ?"

മര്യാദയില്ലാത്ത അയാളുടെ ആ ചോദ്യം അവളെ ചൊടിപ്പിച്ചു. അവൾ ദേഷ്യത്തോടെ ചോദിച്ചു.

"എന്തിനാ?"

അവളുടെ മറുചോദ്യത്തിന് അയാൾ പുച്ഛം കലർന്ന ചിരിയിൽ ബൈക്കിൽ ഇരിക്കുന്നവരോട് അല്പം കനത്ത ശബ്ദത്തിൽ പറഞ്ഞു. "നോക്കടാ ഓൾക്ക് പേര് പറയാൻ മടി."

ബൈക്കിൽ ഇരിക്കുന്നവർ പരിഹാസം കലർന്ന ഒരു ചിരി യോടെ പറഞ്ഞു.

"എന്തടീ അനക്ക് പേര് പറയാൻ മടി, വേഗം പറഞ്ഞോ. അനക്ക് വീട്ടിൽ പോണ്ടേ?"

അവൾ അവരുടെ ആ വാക്കുകൾക്കു മുൻപിൽ പതറി.

അവൾ പറഞ്ഞു, "ഹിമ."

അയാൾ പതിയെ അവളുടെ പേര് അവളുടെ മുഖത്തേക്ക് നോക്കി ഏറ്റു പറഞ്ഞു. "ഹിമ."

അയാൾ അവന്റെ മുഖത്തേക്ക് നോക്കി ചോദിച്ചു. "നിന്റെയോ?" അവൻ പതിയെ ശബ്ദം താഴ്ത്തി പറഞ്ഞു. "റോഷൻ."

അവന്റെ പേര് കേട്ടതിനുശേഷം അയാളുടെ മറുചോദ്യവും വന്നു. "നീ മുസ്ലീമല്ലേടാ?"

"അതെ, എന്താ?" റോഷൻ ചോദിച്ചു.

അയാൾ ഒരു ഭീഷണി കലർന്ന ചിരിയോടെ ചോദിച്ചു, "എന്താ ണെന്നോ? നീ എന്തിനാ ഓളെ കൂടെ നടക്കണത്?"

"അതിനെന്താ?" റോഷൻ അയാളോട് ചോദിച്ചു.

അയാൾ അവന്റെ അടുത്തേക്ക് നീങ്ങിനിന്നു പറഞ്ഞു.

"നീ ചോദിച്ചതിന് മറുപടി പറഞ്ഞാ മതി."

അവന്റെ കൈയിൽ ബലമായി പിടിച്ചുകൊണ്ട് കടുപ്പത്തിൽ തന്നെ പറഞ്ഞു

"എന്താടാ പ്രേമമോ?"

അയാൾ അവളുടെ മുഖത്തേക്കു നോക്കിക്കൊണ്ട്, അവനോടു ചോദിച്ചു.

"അതോ രണ്ടുംകൂടി വേറെ എന്തെങ്കിലും പരിപാടിയാണോ?"

അയാളുടെ ആ ചോദ്യത്തിനോടുള്ള ദേഷ്യംകൊണ്ട് അവൾ 'ഛെ' എന്ന് പറഞ്ഞു മുഖം തിരിച്ചു. റോഷനും അല്പം ദേഷ്യത്തിൽ

തന്നെ അയാളോട് സംസാരിക്കാൻ തുടങ്ങി. അയാൾ ശബ്ദം താഴ്ത്തി അവന്റെ കൈയിൽനിന്നും പിടിവിടാതെ സംസാരം തുടർന്നു.

"പോരെടാ... ഇനി മേലാൽ രണ്ടിനേം ഒരുമിച്ച് കാണരുത്. കണ്ടാ പിടിച്ചു പൊലീസിൽ ഏൽപ്പിക്കും. മനസ്സിലായാ?"

ഹിമയും ദേഷ്യത്തോടെ സംസാരിക്കാൻ തുടങ്ങി.

"എന്താ ചേട്ടന്റെ പ്രശ്നം?"

"അതൊന്നും നീ അനേഷിക്കണ്ട, പറഞ്ഞത് കേട്ടാ മതി." അവരിലൊരുത്തൻ വീണ്ടും കോപിച്ചു.

"പിന്നെ..., ചേട്ടൻ പറയണത് കേൾക്കാൻ ഞാൻ നിങ്ങടെ പെങ്ങളൊന്നും അല്ലല്ലോ." ഹിമയും വിട്ടുകൊടുത്തില്ല.

അയാൾ ഉച്ചത്തിൽ ആക്രോശിച്ചു. "ഡീ..."

ഇരുവിഭാഗവും ശബ്ദം ഉയർത്തിയതോടെ ബൈക്കിൽനിന്ന് മറ്റുള്ളവരും ഇറങ്ങി. അതിൽ ഒരാൾ വന്നു റോഷന്റെ കോളറിൽ ശക്തിയായി പിടിച്ചുലച്ചുകൊണ്ട് പറഞ്ഞു.

"ഞങ്ങളൊക്കെ ഇവടെ ഉള്ളപ്പോ നിന്റെയൊന്നും ഒരു ഉദ്ദേശ്യവും നടക്കില്ലെടാ. അതുകൊണ്ട് ഇത് ഇവടെ വച്ച് നിറുത്തിക്കോ." അയാൾ തുടർന്നു.

"ഇനിയങ്ങാനും രണ്ടിനെയും ഒരുമിച്ച് കണ്ടാൽ..."

അയാൾ പറഞ്ഞു നിൽക്കെ, റോഷൻ അയാളുടെ കൈ ബലമായി തട്ടിമാറ്റി. അയാൾ ആക്രോശിച്ചുകൊണ്ട് അവന്റെ മുഖത്ത് ആഞ്ഞടിച്ചു. അയാളുടെ അടിയേറ്റ് നിലത്തു വീണ അവനെ വീണ്ടും അയാൾ പിടിച്ചെണീപ്പിച്ചു വീണ്ടും വീണ്ടും മുഖത്തേക്ക് അടിച്ചു കൊണ്ടിരുന്നു. അയാളുടെ അടിയിൽ മരവിച്ചെന്നപോലെ അവൻ നിന്നെങ്കിലും അവന്റെ കണ്ണുകളിൽനിന്നും വെള്ളം വരാൻ തുടങ്ങിയിരിക്കുന്നു. അപ്പോഴേക്കും അവൾ അയാളുടെ കൈയിൽ ബലമായി പിടിച്ചുകൊണ്ട് അവനെ വിടാൻ പറഞ്ഞു. അയാൾ അവളുടെ മുഖത്തും ഒരു അടി കൊടുത്തു.

അടിയുടെ ആഘാതത്തിൽ അവൾ പെട്ടെന്ന് സ്തംഭിച്ചു നിന്നു. എന്നാൽ അവൾക്ക് അങ്ങനെ നില്ക്കാൻ കഴിഞ്ഞില്ല. ഉച്ചത്തിൽ അലറിക്കരയാൻ തുടങ്ങി. ആ പരിസരത്ത് അവരെ സഹായിക്കാൻ ആരും ഇല്ലാത്തതുകൊണ്ടും ഭയം നിറഞ്ഞതുകൊണ്ടും ആരെങ്കിലും അങ്ങോട്ട് വന്നെങ്കിലോ എന്ന് കരുതി അവൾ വീണ്ടും ഉറക്കെ കരഞ്ഞു. അവളുടെ കരച്ചിൽ കേട്ടപ്പോൾ അവർ പേടിച്ചു. അവർ അവന്റെ കോളറിൽനിന്നും കൈവിട്ടു. ദൂരെ നിന്നും അവന്റെ

പുറകിലായി ഒരു കാർ വരുന്നത് കണ്ടതോടെ അവർ പെട്ടെന്ന് ബൈക്കിൽ കയറി വേഗം രക്ഷപ്പെട്ടു.

നാട്ടിൽ നടക്കുന്ന വർഗ്ഗീയലഹളയുടെ ഒരു നേർച്ചിത്രമായിരുന്നു അത്. സമൂഹമാദ്ധ്യമങ്ങളൽ ഈ ഷോർട്ട് ഫിലിം വലിയ ചർച്ചയായി.

കേരളത്തിലെ ജനങ്ങളിലേക്ക് വാർത്തകളിലൂടെയും ചാനൽ ചർച്ചകളിലൂടെയും ഈ ഷോർട്ട് ഫിലിം എത്തിക്കൊണ്ടിരുന്നു. മതത്തിന്റെ പേരിൽ ഉണ്ടായ ഈ അക്രമം ന്യായീകരിച്ചുകൊണ്ടും എതിർത്തുകൊണ്ടും ചാനലുകളിൽ ചൂടേറിയ ചർച്ചകൾ നടന്നു. മൂന്നു വ്യത്യസ്ത ആശയക്കാരെ ഇരുത്തിക്കൊണ്ടു ചാനൽ ചർച്ച നടക്കുകയാണ്.

വീട്ടിലെ സ്വീകരണ മുറിയിലിരുന്നുകൊണ്ട് അർച്ചനയുടെ അച്ഛൻ ഈ ചർച്ച കാണുന്നുണ്ട്.

ചർച്ചയിൽ പങ്കെടുത്തുകൊണ്ട് പ്രമുഖർ സംസാരിക്കുകയാണ്.

“എങ്ങോട്ടാണ് നമ്മുടെ നാടിന്റെ ഈ പോക്ക്? ഇവിടെ ഒരു ആൺകുട്ടിക്കും ഒരു പെൺകുട്ടിക്കും അല്ലെങ്കിൽ വ്യത്യസ്ത മതമായതിന്റെ പേരിൽ ഒരുമിച്ച് നടക്കാനോ ചങ്ങാത്തം കൂടാനോ പാടില്ല എന്നാണോ പറയുന്നത്? വിദ്യാർത്ഥികൾക്കിടയിലേക്കും നിങ്ങൾ വെറുപ്പിന്റെ ആശയവുമായി കടന്നുചെല്ലുകയാണോ?”

അവതാരകന്റെ ചോദ്യത്തിന് മറുപടിയായി മതവാദിയായ ഒരാൾ ചോദിച്ചു.

“ആരാണ് വർഗീയമായി കുട്ടികളെ തരം തിരിച്ചത്?

“ആരാണ് വിദ്യാർത്ഥികളിൽ മതത്തിന്റെ പേര് പറഞ്ഞു വെറുപ്പ് കലർത്തിയത്?”

“ആരാണ് കുട്ടികളെ പരസ്പരം അകറ്റാൻ ശ്രമിക്കുന്നത്?”

അയാളുടെ ചോദ്യത്തിന് അവതാരകൻ ഒരു പുച്ഛച്ചിരിയോടെ പറഞ്ഞു.

“ഇതെല്ലം നിങ്ങൾ തന്നെയാണ് ചെയ്യുന്നത് മിസ്റ്റർ.”

മതവാദി മറുപടി തുടർന്നു

“ഞങ്ങളാണോ ചെയ്യുന്നത്, ഞങ്ങൾ എന്ത് ചെയ്തെന്നാണ് നിങ്ങൾ ഈ പറയുന്നത്?”

അവതാരകൻ ചിരിച്ചുകൊണ്ട് വീണ്ടും പറഞ്ഞു.

“നിങ്ങൾ ചെയ്തത് ചർച്ച ചെയ്യാനാണ് ഇന്ന് നമ്മൾ ഇവടെ ഇരിക്കുന്നത് സർ... വേറെ ഒന്നിനും അല്ല.”

മതവാദി സംസാരം തുടർന്നു. "ഞാൻ പറയാം, എന്താണ് സംഭവിച്ചതെന്ന്."

അയാൾ ചർച്ച തുടർന്നു. "ഇവിടെ പ്രണയം നടിച്ചു മതം മാറ്റി പെൺകുട്ടികളെ ജിഹാദികൾ റിക്രൂട്ട് ചെയ്യുന്നുണ്ട്, തീവ്രവാദത്തിനു വേണ്ടി മതം മാറ്റി കുട്ടികളെ സപ്ലൈ ചെയ്യുന്നു. സ്വാഭാവികമായും അത്തരം കാര്യങ്ങൾ ശ്രദ്ധയിൽപെട്ടാൽ അവരുടെ സഹോദരന്മാരെന്ന നിലയിൽ അവരിടപെടും. അത് സ്വാഭാവികമായ കാര്യമാണ് ഞങ്ങളുടെ കുട്ടികളെ രക്ഷിക്കേണ്ടത് ഞങ്ങളുടെ കടമയാണ്. അത്തരം ഒരു കാര്യം മാത്രമാണ് ഇത് എന്നാണ് എനിക്ക് മനസ്സിലായത്."

ഇതിനു മറുപടിയായി ഇടത് സഹയാത്രികൻ മറുപടി പറഞ്ഞു, "നിങ്ങളൊക്കെ ആരാണ്, ഹേയ്... ഈ നാട്ടിലെ പെൺകുട്ടികളുടെ സഹോദരസ്ഥാനം ആരാണ് നിങ്ങൾക്ക് എഴുതിത്തന്നത്?"

ഇടതു സഹയാത്രികൻ പരിഹാസത്തോടെ തുടർന്നു.

"എന്റെ അറിവിൽ ഇവര് സംരക്ഷണം നൽകുന്നു എന്ന് പറയുന്ന പെങ്ങന്മാർക്കുപോലും ഇവരെ വേണ്ട.

പിന്നെ തുടർന്നു. "മതംമാറ്റവും ഇന്റർകാസ്റ്റ് മാര്യേജ് എല്ലാം എല്ലാ മതങ്ങളിൽനിന്നും പരസ്പരം അങ്ങോട്ടും ഇങ്ങോട്ടും നടക്കുന്നുണ്ട്. അതെല്ലാം പരസ്പരം സ്നേഹത്തിന്റെയും വിശ്വാസത്തിന്റെയും പേരിൽ മാത്രമാണ്. ഇതിനൊക്കെ ഇക്കൂട്ടർ പറയുന്ന പോലെ വ്യാജമായ വ്യാഖ്യാനങ്ങൾ വന്നു തുടങ്ങിയത് ഈ മീഡിയയ്ക്കു മുന്നിൽ ഇക്കൂട്ടർ വന്നിരുന്നതോടു കൂടിയല്ലേ?"

മതവാദി ഇതിനെതിരെ പറഞ്ഞു തുടങ്ങും മുൻപ് ഇടതു സഹയാത്രികൻ ഒന്നുകൂടി പറഞ്ഞു.

"കപടമായ സഹോദര സ്നേഹം പറഞ്ഞ് കുട്ടികളുടെ മനസ്സിൽ അകൽച്ചയുണ്ടാക്കാനുള്ള നിങ്ങളുടെ ഒരു അജണ്ടയും ഇവടെ നടക്കില്ല. കാരണം ഇത് കേരളമാണെന്ന് എപ്പോഴും ഓർക്കുന്നത് നന്നായിരിക്കും."

അവതാരകൻ അത് ശരിയാണെന്നു പറഞ്ഞ് ചർച്ച അവസാനിപ്പിച്ചു.

ചാനലിലെ ആ ചർച്ച കണ്ട് എന്തോ ആലോചനയിലെന്ന പോലെ ഇരിക്കുകയാണ് അർച്ചനയുടെ അപ്പ.

* * *

അർച്ചനയും സകരിയയും കോയമ്പത്തൂർ എയർപോർട്ടിൽ എത്തി. അവരെ കൊണ്ടുപോകാൻ സകരിയയുടെ വാപ്പ വന്നിട്ടുണ്ട്.

എയർപോർട്ടിൽനിന്ന് പുറത്തുവന്നതും സകരിയയുടെ വാപ്പ അവരെ ആലിംഗനം ചെയ്തു. വാപ്പ അവരുടെ മോളെ എടുത്ത് മുത്തം കൊടുത്തു. മോളെ കൈയിൽ എടുത്തുകൊണ്ടുതന്നെ വാപ്പ അർച്ചനയോട് വിശേഷങ്ങൾ ചോദിച്ചു

"ക്ഷീണമായോ മോളെ?"

"ഇല്ല വാപ്പാ."

വാപ്പ അവരുടെ ബാഗും പെട്ടിയും എല്ലാ കാറിലേക്ക് എടുത്ത് വച്ച് യാത്രയായി. സകരിയ ഫ്രണ്ട് സീറ്റിൽ ഇരുന്നു വിശേഷങ്ങൾ ചോദിച്ചുകൊണ്ടിരുന്നു. സകരിയയുടെ വീട്ടിലേക്ക് പോകുന്ന വഴിയാലാണ് അർച്ചനയുടെ വീട്. കാർ അർച്ചനയുടെ വീടിനു മുന്നിലൂടെ കടന്നുപോകവേ, അവൾ വീട്ടിലേക്ക് നോക്കി. ഗേറ്റ് അടച്ചിട്ടിരിക്കുകയാണ്. ഹാളിൽ മാത്രമേ ലൈറ്റ് ഇട്ടിട്ടുള്ളൂ.

അവളുടെ ഉള്ളം തേങ്ങി. സകരിയ മിററിലൂടെ അർച്ചനയുടെ കണ്ണ് കലങ്ങുന്നത് കാണുന്നുണ്ടായിരുന്നു. അവൾ മൊബൈലിൽ ടൈം നോക്കി. അതിൽ നാട്ടിലെ സമയവും യുഎയിലെ സമയവും കാണിച്ചു 6.30–8.00.

സകരിയ അർച്ചനയോട് ചോദിച്ചു. "ത്ര നേരത്തെ കിടന്നിണ്ടാവോ?"

"തെരിയാത്, ഹാളിൽ ലൈറ്റ് കാണുന്നുണ്ട്."

അച്ഛൻ പറയാറുള്ള കാര്യം അവൾ ഓർത്തു. "മോളെ ആ ലൈറ്റ് ഒക്കെ ഇട്ടുവെക്കൂ. നമ്മൾ ഒറങ്ങുമ്പോഴേ വീട് ഉറങ്ങൂ."

അത് മനസ്സിലാക്കിയെന്നപോലെ വാപ്പ രണ്ടുപേരോടും പറഞ്ഞു. "നിങ്ങൾ ഇപ്രാവശ്യം അവിടെ ഒന്ന് പൊയ്ക്കോ. നിങ്ങളെ കാണുമ്പോ വിഷമം മാറും."

രണ്ടുപേരും മൂളി.

"വാപ്പ അപ്പയെ കണ്ടിരുന്നോ?" അർച്ചന ചോദിച്ചു.

"ഒന്ന് രണ്ടു പ്രാവശ്യം കണ്ടു. സംസാരിക്കാനായി ചെന്നു. മൂപ്പരും എന്നെ കണ്ടിരുന്നു. പക്ഷേ എപ്പോൾ കാണുമ്പോഴും ആ രാജേന്ദ്രൻ കൂടെ ഉണ്ടാകും. അപ്പൊ തിരിഞ്ഞു പോകും രണ്ടാളും." വാപ്പ അൽപ്പം സങ്കടത്തോടെ പറഞ്ഞു.

* * *

ജീവിതത്തിൽ സംഭവിച്ച കാര്യങ്ങൾ ഓർത്തു കിടക്കുകയാണ് അർച്ചനയുടെ അപ്പ. ചാനലിൽ ലവ് ജിഹാദിനെപ്പറ്റിയുള്ള ചർച്ച

കണ്ടതിനു ശേഷം വല്ലാത്ത വിഷമത്തിലാണ് അപ്പ കിടന്നത്. നേരം ഒരുപാട് വൈകിയിട്ടും ഉറങ്ങാനായില്ല. തൊട്ടടുത്തായി കിടന്നിരുന്ന ഭാര്യയോടും ഒന്നും സംസാരിക്കുന്നില്ല അപ്പ. അങ്ങനെ ഓരോന്ന് ഓർത്തുകൊണ്ട് കിടന്നു. അവിടെ അർച്ചനയും തന്റെ കുടുംബവും. എത്ര സംതൃപ്തമായ ജീവിതമായിരുന്നു അത്. ഓർമ്മകളിൽ ആ കാലം നിറഞ്ഞുനിന്നു. ഈ വീട്ടിലെ വിളക്കായിരുന്നു അമ്മു എന്ന് വിളിക്കുന്ന അർച്ചന.

* * *

രാവിലെ അമ്മു ഉറങ്ങുന്ന മുറിയുടെ വാതിൽ തട്ടി അപ്പ. ജനലിലൂടെ അവളുടെ മുറിയിലേക്ക് പ്രഭാതവെളിച്ചം നിറഞ്ഞിട്ടുണ്ട്. എന്നിട്ടും അമ്മു എഴുന്നേറ്റിട്ടില്ലെന്ന് കണ്ടു. കട്ടിലിൽ മൂടിപ്പുതച്ചു കിടന്നിരുന്ന മകളെ എണീപ്പിക്കാനെന്നോണം വിളിച്ചു

"മോളെ... എണീറ്റില്ലേ? നേരം വൈകും."

അവൾ ആ പുതപ്പിനടിയിൽനിന്നുതന്നെ മൂളിയതല്ലാതെ എണീറ്റില്ല. അപ്പ ആ മുറിയിലേക്ക് കയറിയതും സീറോ ബൾബ് ഓഫ് ചെയ്തു. അവളുടെ അരികിൽ ചെന്നിരുന്നുകൊണ്ട് വീണ്ടും വിളിച്ചു.

"അമ്മൂ, എണീക്ക് മോളേ." എന്നിട്ടും അവൾ അനങ്ങിയില്ല.

"അമ്മൂ, നീ ഇന്നും അപ്പടെ നേരം കളയും."

അപ്പ അവളുടെ മുഖത്തുനിന്ന് പുതപ്പ് എടുത്ത് മാറ്റി.

അമ്മു ദേഷ്യപ്പെട്ടു. "അപ്പാ...."

"നീ ഒന്ന് എണീക്കുന്നുണ്ടോ?"

"ഇന്നും എന്റെ നേരം വൈകും."

അല്പം ധൃതിയുണ്ടെന്ന ഭാവത്തിൽ അപ്പ പറഞ്ഞു. ഇത് കേട്ടതും അമ്മു മുഴുവനായും പുതപ്പ് മുഖത്തുനിന്ന് മാറ്റിക്കൊണ്ട് ഉറക്കച്ചടവോടെ കളിയാക്കി ചോദിച്ചു.

"ആമാ, ആയുർവേദിക് മെഡിസിനെസ് എമർജൻസി താനെ?"

അവൾ അവൾ അവിടെ കിടന്നുതന്നെ അപ്പയുടെ കൈകളിൽ ഇറുക്കിപ്പിടിച്ച് വീണ്ടും അങ്ങനെത്തന്നെ കിടന്നു. അപ്പയുടെ നെഞ്ചിൽ ഇട്ടിട്ടുള്ള പൂണൂൽ അപ്പോഴും പുറത്തു കാണാമായിരുന്നു. ഇത് കണ്ടുകൊണ്ട് അർച്ചനയുടെ അമ്മ ആമുറിയിലേക്ക് വന്നു.

അമ്മ വന്നതും അപ്പ, അവളെ ലാളിച്ച് ഇരിക്കുന്നത് കണ്ടു.

അപ്പയെ കണ്ണിറുക്കിക്കാണിച്ച അമ്മുവിന്റെ കൈയിൽ ബലമായി പിടിച്ച് എണീപ്പിച്ചു.

"യെന്തിരിടീ?"

അമ്മു ഉറക്കച്ചടവോടെ തന്നെ അവിടെ കിടന്ന് അമ്മാ... എന്ന് വിളിച്ചുകൊണ്ട് എണീറ്റു. അവൾ എണീറ്റപ്പോൾ, അപ്പയുടെ മുഖ ത്തേക്ക് നോക്കി അമ്മ അല്പം ഗൗരവത്തോടെ പറഞ്ഞു.

"ഇങ്ങനാണ് എണീപ്പിക്കാ, അല്ലാതെ കൈയും പിടിച്ച് ഇരു ന്നാൽ എഴുന്നേൽക്കില്ല."

അപ്പയും അമ്മുവും ഒന്നും മിണ്ടാതെ അങ്ങനെ ഇരുന്നു. അമ്മ വീണ്ടും കയർത്തുകൊണ്ട് അപ്പയെയും അമ്മുവിനെയും സഹകരി പ്പിക്കാൻ തുടങ്ങി.

"അപ്പയെ എണീപ്പിക്കാൻ വിട്ടാൽ അവളെയും കൊഞ്ചിച്ച് അവടെ ഇരിക്കും."

പിന്നെ അമ്മുവിനെ നോക്കി പറഞ്ഞു. "അമ്മൂ, ഇനി നീ കിട ന്നാൽ നിനക്ക് എന്റെ കൈയിൽനിന്നും കിട്ടും."

അമ്മു ചിരിച്ചുകൊണ്ട് "അമ്മാ..." എന്നും വിളിച്ചുകൊണ്ട് കട്ടി ലിൽനിന്നും എണീറ്റ് ബാത്റൂമിലേക്കു കയറി. അവളെ അപ്പോഴും അമ്മ ചീത്ത പറയുന്നുണ്ട്.

"നിനക്ക് ടൈംനു കോളേജിൽ എത്തേണ്ടേ? നേരത്തിന് എണീ റ്റുടെ? അപ്പ കൊണ്ടുവിടണതുകൊണ്ടാ നിനക്ക് ഇങ്ങനത്തെ കളി..."

അമ്മ അപ്പയെ നോക്കി ദേഷ്യത്തോടെ പറഞ്ഞു. "അതിനെ ങനാ... ങ്ങാ, ഞാനൊന്നും പറേണില്ല." അമ്മ അപ്പയെ നോക്കി കണ്ണുരുട്ടി. "നിങ്ങൾ രണ്ടു ദിവസം അവളെ കൊണ്ട് വിടേണ്ട. അവള് ബസ്സിനു പോകട്ടെ, അപ്പോ കുട്ടി ശരിയായിക്കോളും."

"അപ്പൊ എനിക്ക് ഫാർമസി തൊറക്കണ്ടേ?"

പുച്ഛത്തോടെ അമ്മ, "ഓ, എല്ലാ ദിവസവും രണ്ടു കുപ്പി കൊഴമ്പു വിക്കും."

അമ്മ തിരിച്ചു നടന്നു. ഫാർമസിയെപ്പറ്റിയുള്ള അമ്മയുടെ ഈ പരിഹാസം ഇഷ്ടപ്പെടാത്ത അപ്പ ഒരു താക്കീത് പോലെ പറഞ്ഞു

"യെൻ ഫാർമസിയെ പറ്റി മറ്റും പെസാദേ, അത് യെൻ അപ്പ."

"ആമ അപ്പാതാ" എന്നുള്ള അമ്മയുടെ മറുപടിയിൽ ഇരുവരും സംഭാഷണം നിറുത്തി.

പഴയ ഒരു മാരുതി 800 ആണ് തന്റെ കാർ. അതിന്റെ ഗ്ലാസിൽ ഇപ്പോഴും കളഭം തൊട്ട് വെച്ചിട്ടുണ്ടാകും. സ്ഥിരമായി പരമാക്കിയി ലേക്കുള്ള യാത്രയിൽ അമ്മുവിനെ കോളേജിൽ ഇറക്കിക്കൊടുക്കും.

പാലക്കാട് ഒരു തമിഴ് ബ്രാഹ്മിൻ കുടുംബമായതുകൊണ്ടുതന്നെ തമിഴ് അവരുടെ സംഭാഷണങ്ങളിൽ പതിവാണ്. സ്ഥിരമായി കോലം വരച്ചു വളരെ നിഷ്ഠയിൽ ജീവിക്കുന്ന ഒരു കുടുംബമാണ്.

അപ്പയും അമ്മുവും വീട്ടിൽ നിന്നിറങ്ങി. പാലക്കാട് ഒരു ഗവ ണ്മെന്റ് കോളേജിൽ ഗസ്റ്റ് ലക്ചർ ആണ് അമ്മു. അവരുടെ കാർ കോളേജ് പടിക്കലെത്തിയതും അത് വഴി നടന്നുപോയിരുന്ന കുട്ടി കൾ അമ്മുവിനെ നോക്കി ഗുഡ് മോർണിംഗ് പറഞ്ഞുപോകുന്നുണ്ട്. മനോഹരമായി സാരിയുടുത്ത് കൈയിൽ ഒരു ഹാൻഡ്ബാഗും തൂക്കി ആ കോളേജ് എത്തി. അവളെ കുട്ടികൾ വിഷ് ചെയ്ത് പോകുന്നത് കണ്ട് അപ്പ പുഞ്ചിരിച്ചുകൊണ്ട് ഒരു കമന്റും പാസ്സാക്കി.

"ഓ, കുട്ടികൾക്കൊക്കെ വല്യ ബഹുമാനം ആണല്ലോ?"

അവൾ അതിനു പുഞ്ചിരിയിൽ ഒരു മറുപടി പറഞ്ഞു കാറിൽ നിന്നും ഇറങ്ങി.

"ആമാ ടീച്ചർ താനേ, ഫാർമസിസ്റ്റ് കടയാത്പ്പ."

ഓ, നീ വല്യ ഒരാൾ എന്ന ഭാവത്തിൽ അപ്പ ചുണ്ടുകൾകൊണ്ട് ഓ... എന്ന് മാത്രം പറഞ്ഞു കോളേജിലേക്കു നടന്നുനീങ്ങിയ അമ്മു വിനെ അപ്പ പുറകിൽനിന്ന് വിളിച്ചു. അവൾ തിരിഞ്ഞുനിന്നു.

"എന്നപ്പാ." അവൾ കാറിൽ ഇരിക്കുന്ന അപ്പയുടെ അടുത്തേക്ക് വന്നപ്പോൾ അപ്പ ചോദിച്ചു.

"നാളെ സൺഡേ താനേ?"

"ആമപ്പാ... എന്നാച്ചു അപ്പ?"

"ഞാൻ മോളോട് പറഞ്ഞിരുന്നില്ലേ, ആ ബാംഗ്ലൂർ വർക്ക് ചെയ്യുന്ന പയ്യന്റെ കാര്യം?"

അമ്മു ഇഷ്ടമില്ലാത്ത മട്ടിൽ മൂളി.

"ആ പയ്യന്റെ പേരന്റ്സ് നാളെ മോളെ കാണാൻ വരാമെന്ന് പറഞ്ഞു വിളിച്ചിരുന്നു."

അവളുടെ മുഖം വിളറി. അവൾ എന്തോ പറയാൻ തുനിഞ്ഞതും അപ്പ സമാധാനിപ്പിക്കാൻ പറഞ്ഞു

"മോൾക്ക് ഓക്കെ ആണെങ്കിൽ മാത്രം മതി, അപ്പ നിർബന്ധിക്കു ന്നില്ല."

അവൾ അതേ മൂളലിൽതന്നെ. അതിനിടയിലും അവളെ വിഷ് ചെയ്തു പോയിരുന്ന കുട്ടികളെ അവളും പുഞ്ചിരിച്ചുകൊണ്ടു വിഷ് ചെയ്യുന്നുണ്ട്. അവളുടെ മൗനം താല്പര്യമില്ലായ്മയാണെന്നു മന സ്സിലാക്കിയ അപ്പ വീണ്ടും തുടർന്ന് പറഞ്ഞു.

“സ്റ്റഡീസ് കംപ്ലീറ്റ് ആയിട്ട് മതി എന്നു ഞാൻ പറഞ്ഞപ്പോ അവർക്ക് അത് ഓക്കേയാണ്.”

“പിന്നെ ഒന്ന് വന്നു കണ്ടോട്ടേന്നു ചോദിച്ചു. എങ്ങനാ വേണ്ടാന്ന് പറയാ, വന്നോളാൻ പറഞ്ഞു. അത്രേയുള്ളൂ.”

അവൾ ചിരിച്ചുകൊണ്ട് തലയാട്ടി. ധൃതിയിൽ വാച്ചിലേക്ക് നോക്കി പറഞ്ഞു.

“എന്നാ ലേറ്റ് ആകേണ്ട, പൊക്കോ.”

ഇരുവരും യാത്ര പറഞ്ഞു പിരിഞ്ഞു. അവൾ കോളേജിനക ത്തേക്കു കുട്ടികൾക്കിടയിലൂടെ നടന്നു. അപ്പ അവിടെനിന്നും ടൗണിൽ ഉള്ള ആയുർവേദിക് ഷോപ്പിലേക്ക് എത്തി.

ആ ചെറിയ ടൗണും പരിസരവും പലതരം കൊടികളെക്കൊണ്ട് നിറഞ്ഞിട്ടുണ്ട്. കടയുടെ വാതിൽ തുറന്ന് അപ്പ അന്നത്തെ ദിവസം ആരംഭിച്ചു.

ആ കടയിൽ കയറി ചെന്നിടത്തുതന്നെ ഒരു പഴയ ടി വി വച്ചി ട്ടുണ്ട്. കടയിൽ കയറിയതും അപ്പ ടി വി ഓണാക്കിവച്ച് കട തുറക്കു മ്പോൾതന്നെ കൈയിൽ എടുത്ത് വച്ച പത്രം എടുത്ത് വായന തുടങ്ങി.

അടുത്ത കടയിൽനിന്നും വെള്ള ഷർട്ടും മുണ്ടും ധരിച്ച രാജേ ന്ദ്രൻ ഇറങ്ങി വന്നു. അയാൾ നേരെ അപ്പയുടെ ആയുർവേദിക് ഷോപ്പിലേക്കാണ് വന്നത്. അയാൾ നമസ്കാരം പറഞ്ഞു. ഏകദേശം അപ്പയുടെ പ്രായം തന്നെയാണ് അയാൾക്കും.

“ആ നമസ്കാരം, എന്താടോ രാജേന്ദ്രാ, ഇന്ന് രാവിലെത്തന്നെ?”

“സെക്രട്ടറിയേറ്റ് ഉപരോധം, തിരുവനന്തപുരം വരെ പോണം.”

“ഓ, ഇന്നെന്താണാവോ വിഷയം?”

“വിഷയം ഒന്നും കാര്യോള്ളതല്ലടോ. പക്ഷേ പോണം, എന്ത് ചെയ്യാനാ?”

“ആ അത് ശരിയാ. പക്ഷേ ഒരു ഉപകാരോം ഇല്ലാണ്ട് ഇതു കൊണ്ടൊക്കെ എന്താ കാര്യം?’

“ഉപകാരം ഇല്ലെന്ന് അങ്ങനെ മുഴുവനായും പറയാൻ പറ്റില്ല. ഭരണം ഒന്നും ഇല്ലാത്തകൊണ്ട് എന്തെങ്കിലൊക്കെ ആയിട്ട് മീഡിയ യിൽ എപ്പളും ഉണ്ടാവണമെന്നാ പാർട്ടി തീരുമാനം. എന്തെങ്കിലും മണ്ടത്തരം പറഞ്ഞ് ജനങ്ങളുടെ ഇടയിൽ ചർച്ച ഉണ്ടാവണം.”

“അത് താൻ പറഞ്ഞത് ശരിയാ, എന്തൊക്കെ വിഡ്ഢിത്തര ങ്ങളാണ് വന്നിരുന്നു പറയണത്?”

"വിഡ്ഢിത്തരമാണ് എന്ന് എല്ലാവർക്കും അറിയാ, പക്ഷേ എന്ത് ചെയ്യാനാ, ചെന്നിരുന്നു ന്യായീകരിക്ക തന്നെ. നല്ലത് എന്തെങ്കിലും വേണ്ടേ? ഹാ, വേറെ വഴിയില്ല."

"ആ, അതും ശരിയാ."

"അത് വിട്, എന്തായി ഞാൻ പറഞ്ഞ ആ പയ്യന്റെ കാര്യം?"

"നല്ല പയ്യനാ. ജാതകപ്രശ്നം ഒന്നും അവനു വിഷയല്ല. ആ പയ്യന്റെ പേരെന്റ്സ് നാളെ വരാം എന്ന് പറഞ്ഞിണ്ട്, അവർ എന്താ പറയുന്നു നോക്കട്ടെ."

"പയ്യനല്ലേ, പരിഷ്കാരി, അച്ഛനും അമ്മയും നമ്മളുടെ മോഡൽ ആയിരിക്കൂലോ?"

"എന്തായാലും വരട്ടെ, നമക്ക് നോക്കാം. നമ്മളുടെ മോഡലിലും പരിഷ്കാരികൾ ഉണ്ടേ."

"ആ അത് ശെരിയാ, നോക്കാം."

"എന്തായാലും വന്നിട്ട് കാണാം. വണ്ടി റെയിൽവേ സ്റ്റേഷനിൽ വച്ചിട്ട് വേണം പോകാൻ. ഞാൻ ചെല്ലട്ടെ."

"ആ ഓകെ, വന്നിട്ട് കാണാം."

മഴ തുടങ്ങാനുള്ള ലക്ഷണമുണ്ട്. അപ്പ വിചാരിച്ചു. ഇടിവെട്ടുന്ന ശബ്ദം കേട്ട് തുടങ്ങി. മഴ തിമിർത്ത് പെയ്യാൻ തുടങ്ങി. റോഡും മണ്ണുമെല്ലാം മഴയിൽ കുതിർന്നു. നിർത്താതുള്ള ആ മഴയിൽ അപ്പ ടി.വിയുടെ ശബ്ദം കൂട്ടി. ടി.വിക്ക് അഭിമുഖമായി വച്ചിട്ടുള്ള പഴയ പ്ലാസ്റ്റിക് നെയ്ത കസേരയിൽ ഇരുന്ന് അപ്പ വാർത്ത കേൾക്കാൻ തുടങ്ങി. കടയുടെ പുറത്തെ ഭാഗം മഴയിൽ പൂർണ്ണമായും ഒരു മരം പോലെ നിൽക്കുകയാണ്. പെട്ടെന്ന് ചാനലിൽ ബ്രേക്കിംഗ് ന്യൂസ് എന്ന് കാണിച്ചുകൊണ്ട് ഒരു വാർത്ത തുടങ്ങി.

"പാലക്കാട് എബിസി കോളേജിൽ രാഷ്ട്രീയ കൊലപാതകം. ജില്ലയിലെ പല കോളേജുകളിലും വിദ്യാർത്ഥികൾ ഏറ്റുമുട്ടൽ നട ക്കുകയാണ്."

ഈ വാർത്ത കണ്ടപ്പോൾ, അപ്പ ഫോൺ എടുത്ത് അമ്മുവിനെ വിളിച്ചു. രണ്ടു മൂന്നു പ്രാവശ്യം ഫോൺ റിങ്ങ് ചെയ്തതിനു ശേഷം അമ്മു ഫോൺ എടുത്തു.

"ആ, അപ്പാ..."

"മോളേ, അവടെ വല്ല കൊഴപ്പവും ഉണ്ടോ? അറിഞ്ഞില്ലേ, എബിസി കോളേജിൽ ഒരു കുട്ടീനെ കൊന്നിട്ടുണ്ട്, ന്യൂസില് കാണിക്കിണ്ട്. കോളേജുകളിലൊക്കെ വല്യ പ്രശ്നം നടക്കാണെന്ന്. ഹർത്താലും ഇണ്ടല്ലോ?"

“ആ, അതാണോ? ഇവിടെ കൊഴപ്പം ഒന്നും ഇല്ല അപ്പ. കൊറച്ചു പേരൊക്കെ പോകുന്നുണ്ടെന്നെ ഒള്ളൂ.”

“എന്നാ അപ്പ വരാം, ഇനി അവരൊന്നും വന്നിട്ട് പ്രശ്നം ആവണ്ട.”

“ഏയ്, കൊഴപ്പം ഒന്നല്ല അപ്പ, ഞങ്ങൾക്ക് ഇന്ന് ടീച്ചേർസ് മീറ്റിങ് ഉണ്ട്. എന്തെങ്കിലും ഉണ്ടെങ്കിൽ ഞാൻ വിളിക്കാം, അപ്പൊ വന്നാൽ മതി.”

അപ്പ അധികം താത്പര്യത്തോടെയല്ലാതെ മൂളി.

“കൊഴപ്പം ഒന്നുല്ല അപ്പാ...”

ഫോൺ കട്ട് ചെയ്ത് അപ്പ വീണ്ടും ആ ടിവിക്ക് മുൻപിൽ ഇരുന്നു.

ജില്ലയിൽ മരിച്ച പയ്യന്റെ പാർട്ടിക്കാർ വ്യാപക അക്രമം നടത്തുന്നു എന്ന് ന്യൂസ് ടിവിയിലൂടെ സ്ക്രോൾ ചെയ്തുകൊണ്ടിരുന്നു. ഹർത്താലുകാർ വാഹനങ്ങൾ തടയുകയും കടകൾ ബലമായി അടപ്പിക്കുകയും ചെയ്യുന്നതും ബ്രേക്കിംഗ് ന്യൂസിൽ പോയിക്കൊണ്ടിരുന്നു.

അപ്പോഴും നല്ല മഴ പെയ്യുന്നുണ്ട്. അപ്പയുടെ കടയുടെ മുന്നിലെ റോഡിലൂടെ മഴയത്ത് സ്കൂൾ വാഹനം കുട്ടികളുമായും കോളേജ് വിദ്യാർത്ഥികൾ ബസ്സിൽ പോകുന്നതായും അപ്പ ശ്രദ്ധിച്ചുനോക്കിക്കൊണ്ടിരുന്നു. ഇതെല്ലം നോക്കി നിൽക്കെത്തന്നെ അപ്പുറത്തെ കടക്കാരൻ വന്ന് അപ്പയോട് കട വേഗം അടയ്ക്കാനും ഇല്ലെങ്കിൽ പ്രശ്നമാണെന്നും പറഞ്ഞു. കുടയിലൂടെതന്നെ ആ കടവരാന്തയിലൂടെ അയാൾ പെട്ടെന്ന് നടന്നുനീങ്ങി.

അപ്പ, വേഗം കടയടച്ച് മഴയിലൂടെ കാറിനടുത്തേക്ക് കുടയുമായി നടന്നു. റോഡിലെ തിരക്കിൽ അമ്മുവിന്റെ കൂടെ വർക്ക് ചെയ്യുന്ന രണ്ടു അധ്യാപികമാർ കാറിലൂടെ പോകുന്നത് കണ്ടതും അപ്പ വേഗം കാറിലേക്ക് കയറി അമ്മുവിനെ വിളിച്ചു. ഒന്ന് രണ്ടു പ്രാവശ്യം വിളിച്ചിട്ടും അമ്മു ഫോൺ എടുക്കുന്നില്ല. അപ്പ കാർ ഡ്രൈവ് ചെയ്തുകൊണ്ടിരിക്കെ വീട്ടിൽനിന്നും ഫോൺ വന്നു. കാറ് സൈഡ് ആക്കി നിർത്തി ഫോൺ എടുത്തു. അർച്ചനയുടെ അമ്മയാണ്.

“ഹലോ, എവിടെയാണ്?”

“ഞാൻ ഫാർമസി പൂട്ടി അമ്മുവിനെ വിളിക്കാൻ പോകാ. നീ അവൾക്കു വിളിച്ചിരുന്നോ?”

"ഇല്ല, എന്നാച്ചു?"

"ഏയ് ഒന്നല്ല, ടീച്ചേർസ് മീറ്റിങ് ഉണ്ടെന്നു പറഞ്ഞു. പക്ഷേ അവളുടെ കൂടെ ഉള്ള ടീച്ചേർസ് പോകുന്നത് കണ്ടു. അവളാണെങ്കിൽ വിളിച്ചിട്ട് എടുക്കുന്നും ഇല്ല."

"ചിലപ്പോ അവടെ വെയിറ്റ് ചെയ്യിണ്ടാവും, മഴ ആയതോണ്ട് ഫോൺ റിങ് ചെയ്യണത് കേൾക്കാതാകും."

"ഞാൻ പോയി വിളിച്ചിട്ടു വരം."

"മഴയും ഇടിയുമാണ്. ഫോൺ കട്ട് ചെയ്തോ, ഇടി വെട്ടുണ്ട്. ഞാൻ വിളിക്കാം."

അപ്പയും അമ്മയും ആ സംഭാഷണം അവസാനിപ്പിച്ചു. കോരിച്ചൊരിയുന്ന മഴയിൽ അപ്പ രാവിലെ അമ്മുവിന്റെ കോളേജ് ഗെയ്റ്റിലെത്തി. ഫോൺ എടുത്ത് കാറിൽ ഇരുന്നു തന്നെ അമ്മുവിനെ വിളിച്ചു. എന്നാൽ അമ്മു എടുക്കുന്നില്ല. അപ്പ ചുറ്റും നോക്കിയെങ്കിലും അവിടെയൊന്നും ആരെയും കാണാനുമില്ല. അവിടെ ആരും ഇല്ലായിരുന്നു. കോളേജിന്റെ മെയിൻ ഗെയ്റ്റ് അടച്ചിട്ടിട്ടുണ്ടായിരുന്നു. ഫോൺ എടുത്ത് കുടയുമായി അപ്പ കോളേജിന്റെ കോമ്പൗണ്ടിലേക്കു നടന്നു. പിന്നെയും വിളിച്ചെങ്കിലും അമ്മു ഫോൺ എടുത്തതേയില്ല.

കോളേജിന്റെ പ്രധാന വഴിയിലൂടെ അല്പം നടന്നു സെക്യൂരിറ്റി അപ്പ ക്യാബിനിലേക്കു ചെന്നു . അവിടെ ഇരുന്നിരുന്ന ഒരു സെക്യൂരിറ്റിയോട് അല്പം ഉറക്കെ ചോദിച്ചു.

"ടീച്ചേഴ്സ് എല്ലാവരും പോയോ?"

ഉച്ചത്തിൽ തന്നെ അയാൾ മറുപടി പറഞ്ഞു. "പോയല്ലോ."

"ഓഹോ, ടീച്ചേർസ് മീറ്റിംഗ് കഴിഞ്ഞിട്ട് ഒരുപാട് നേരെയോ?

"മീറ്റിങ്ങോ... ഇന്ന് അങ്ങനെ ഒന്നും ഇണ്ടായില്ലാർന്നല്ലോ സാറേ."

"ഉണ്ടായിരുന്നില്ലേ?

"ഇല്ലായിരുന്നു."

"ഉറപ്പാണോ?

"എന്താ സർ, എന്താ പ്രശ്നം?"

"ഏയ്, ഒന്നും ഇല്ല. ഇനി നിങ്ങൾ അറിയാതെ ഇണ്ടായിരുന്നോ?"

"സർ എന്താ പറയണത്, ഇന്ന് എല്ലാവരും നേരത്തെ പോയി

സമരം കാരണം. പിന്നെ മീറ്റിംഗ് റൂമിന്റെ ചാവി എന്റെ കൈയിലാണ്. ”

അപ്പയുടെ ഭാവം അല്പം മാറി. പരിഭ്രാന്തി പടർന്ന മുഖത്തോടെ അയാളോട് പറഞ്ഞു.

“ഞാൻ ഇവിടെ പഠിപ്പിക്കുന്ന അർച്ചന മിസ്സിന്റെ ഫാദർ ആണ്. മീറ്റിംഗ് ഉണ്ടെന്നു പറഞ്ഞു. കഴിഞ്ഞാൽ വിളിക്കാനും പറഞ്ഞേ. ഇപ്പൊ വിളിച്ചിട്ട് കിട്ടുന്നില്ല, കൊറേ ആയി ട്രൈ ചെയ്യുന്നു.”

സെക്യൂരിറ്റി പുഞ്ചിരിച്ചുകൊണ്ട് പറഞ്ഞു. “ആ അതാണോ... സർ ആ ക്യാന്റീൻലോന്നു പോയി നോക്ക്. അവിടെ ആരൊക്കെ ഇരിക്കണത് കണ്ടിരുന്നു. ചിലപ്പോ ടീച്ചേഴ്സ് ആകും. മഴ ആയതോണ്ട് ഫോൺ റിങ് ചെയ്യന്നത് കേൾക്കാതെയാകും.”

അപ്പ ആശ്വാസത്തോടെ ദീർഘശ്വാസം വിട്ടു. “ആ... എന്നാ ഞാൻ ഒന്ന് നോക്കട്ടെ. ശരി.”

അപ്പ ക്യാന്റീനിലേക്കു നടന്നു. അപ്പോഴും മഴ തകർത്തു പെയ്യുന്നുണ്ട്. കാന്റീൻ എത്താറായപ്പോൾത്തന്നെ ദൂരെ രണ്ടുപേർ ഒരു കുടയിൽ നടന്നുപോകുന്നത് അപ്പ കണ്ടു. ശക്തമായ മഴ കാരണം വ്യക്തമല്ലെങ്കിലും അമ്മുവാണോ എന്ന് സംശയം തോന്നി. ആ പ്രതീക്ഷയിൽ അപ്പ വേഗം നടന്ന് അവരുടെ പുറകിലായി എത്തി. മഴയിൽ കാഴ്ച വ്യക്തമാകുന്ന അകലത്തിൽ അവരുടെ പുറകിൽ എത്തിയ അപ്പ കണ്ടത്, വിശ്വസിക്കാൻ പറ്റാത്ത ഒരു കാഴ്ചയായിരുന്നു.

ഒരാൾ തൊട്ടു പുറകിൽ ഉണ്ടെന്നറിയാതെ ഒരു കുടയിൽ അമ്മുവും ഒരു പയ്യനും നടക്കുന്നു. അമ്മുവിനേക്കാൾ പൊക്കമുള്ള അയാളെ കെട്ടിപ്പിടിച്ചാണ് അമ്മു നടക്കുന്നത്. ഒരു കൈയിൽ കുടയും മറ്റേ കൈ അമ്മുവിന്റെ സാരിക്കിടയിലൂടെ അവളുടെ വയറിലും പിടിച്ച ആ കാഴ്ച അപ്പയ്ക്ക് വിശ്വസിക്കാനായില്ല. അത് അമ്മു തന്നെയെന്ന് ഉറപ്പായി അപ്പയ്ക്ക്. അവൾ സംസാരത്തിലോ പെരുമാറ്റത്തിലോ ഇങ്ങനെ ഒരു സൂചന തന്നിട്ടില്ല. അപ്പ ചിന്തിച്ചു. ആ നില്പിനും നോട്ടത്തിനും വിരാമമിട്ടുകൊണ്ട് അപ്പ ഉറക്കെ വിളിച്ചു.

“അമ്മൂ...”

കനത്ത മഴയിലും തൊട്ടടുത്തുനിന്ന ആ വിളി കേട്ട് അവർ രണ്ടുപേരും നിന്നു. അവൾ പെട്ടെന്നുതന്നെ അയാളെ കെട്ടിപ്പിടിച്ച ആ നടത്തം നിറുത്തി. അയാൾ അവളുടെ വയറിൽനിന്നും കൈകൾ മാറ്റി. ഇരുവരും തിരിഞ്ഞു നോക്കി. രണ്ടുപേരും ഭയന്നിരുന്നു.

പെയ്തൊഴുകുന്ന ആ മഴയിൽ അപ്പയ്ക്ക് മുഖാമുഖമായി അമ്മുവും പയ്യനും. നിശ്ചലമായിരുന്നു ആ നില്പ്.

അമ്മുവും അപ്പയും അമ്മയും അടങ്ങിയ ആ വീട്ടിലെ അന്നത്തെ രാത്രി എല്ലാ ദിവസത്തെയും പോലെയായിരുന്നില്ല. എല്ലാ ദിവസവും സന്ധ്യയ്ക്ക് വിളക്കു വെക്കുന്നത് അമ്മുവാണ്. എന്നാൽ അന്ന് അവൾ വിളക്ക് വെച്ചില്ല. മുന്നിലെ ലൈറ്റ് പോലും ഇട്ടിട്ടില്ല. ആരും ഒന്നും സംസാരിക്കാതെ, സ്വീകരണമുറിയിലെ സോഫയിൽ ഇരിക്കുകയാണ്. ആ വീട്ടിൽ മുഴുവനായും ഇരുട്ട് പടർന്നിരിക്കുന്നു

കോളേജിൽനിന്ന് വന്ന അതേ സാരിയിൽതന്നെ അമ്മു ആ മുറിയിലേക്ക് വന്നു. അപ്പയും അമ്മയും വലിയ വിഷമത്തിലാണെന്ന് അവരുടെ മുഖത്തുനിന്നുതന്നെ അവൾക്കു മനസ്സിലായി. അവൾ അമ്മയെ നോക്കി ആദ്യം അമ്മയെ വിളിച്ചു. അമ്മ മിണ്ടുകപോലും ചെയ്യുന്നില്ല. അവൾ അപ്പയുടെ മുഖത്തേക്ക് നോക്കി അപ്പാ എന്ന് വിളിച്ചു. അമ്മയെപ്പോലെ അപ്പയ്ക്ക് അവളുടെ സങ്കടംകൊണ്ട് ഇടറിയ ആ വിളി ശ്രദ്ധിക്കാതിരിക്കാൻ കഴിഞ്ഞില്ല. അപ്പ അവളെ നോക്കി.

അമ്മു അപ്പയുടെ അടുത്തേക്ക് ചെന്ന് അപ്പ ഇരിക്കുന്നതിന് താഴെ അപ്പയുടെ കാൽമുട്ടിൽ കൈ വച്ച് ഇരുന്നു. അവരുടെ മൗനം അവളെ വല്ലാതെ സങ്കടത്തിൽ ആക്കിയിരിക്കുന്നു. അവരുടെ മൗനം ഒഴിവാക്കാനും കാര്യങ്ങൾ പറഞ്ഞു മനസ്സിലാക്കാനും അവൾ അപ്പയുടെ മുഖത്തേക്ക് നോക്കി.

“യെങ്കിട്ടെ യേദവാദ് പേസപ്പാ...”

നിർവ്വികാരനായി ഇരുന്നു. അപ്പോഴേക്കും അവളുടെ കണ്ണുനീർ ഒഴുകിത്തുടങ്ങി.

“യേദവാദ് പേസമ്മാ...” അമ്മയും ഒന്നും മിണ്ടിയില്ല. അവൾ കരയാൻ തുടങ്ങി. ഒരു അഭ്യർത്ഥനപോലെ അവൾ അപ്പയെ നോക്കി പറഞ്ഞു

“അപ്പ കോളേജിൽന്നു ഇവടെ എത്തണവരെ ഒന്നും പറഞ്ഞില്ല. ഇപ്പയാദ് യേദവാദ് പേസപ്പാ.”

അമ്മ പൊട്ടിത്തെറിച്ചെന്നപോലെ എണീട്ടുകൊണ്ടു ദേഷ്യപ്പെട്ടു പറഞ്ഞു

“അമ്മൂ, നീ ഞങ്ങളെ ഇത്രയും കാലം പറ്റിക്കായിരുന്നല്ലേ? കള്ളി.”

അവളെ കള്ളി എന്ന് വിളിച്ചതും അപ്പ അമ്മയുടെ മുഖത്തേക്ക് നോക്കി. അവളെ അങ്ങനെ വിളിക്കരുത് എന്ന ഭാവത്തിൽ, അമ്മയെ

നോക്കി അരുത് എന്ന് ആംഗ്യം കാണിച്ചു. ഇത് കണ്ടതും അമ്മ അപ്പയോട് കയർത്തു.

“എന്ത് വേണ്ടാന്ന്. നിങ്ങൾക്ക് ഇനിയും ഇവളെ വിശ്വസിക്കണോ? ഇവൾ ഇത്രയും കാലം നമ്മളെ പറ്റിക്കുകയായിരുന്നെന്നു മനസ്സിലായില്ലേ കല്യാണക്കാര്യങ്ങൾ എല്ലാം ദോഷംകൊണ്ട് മാത്രമോ മുടങ്ങിയിരുന്നത്. ഇവൾക്കുകൂടി പറ്റാണ്ടായിരുന്നില്ലേ? ഇപ്പൊ മനസ്സിലായില്ലേ അതിന്റെ കാരണം? നമ്മൾ എത്ര ഇവളെ സപ്പോർട്ട് ചെയ്തത്, അവളുടെ ഇഷ്ടത്തിന്...”

അമ്മവിന്റെ അമ്മയുടെ ദേഷ്യവും സങ്കടവും മാറിയില്ല.

“നിന്നെ ഞങ്ങൾ വിശ്വസിച്ചു. നീ ഞങ്ങളെ പറ്റിക്കായിരുന്നില്ലേ ഇത്രേം കാലം. ഞങ്ങളോട് പറയാതെ എല്ലാം ഒറ്റയ്ക്ക്...”

അമ്മു ഒന്നും മിണ്ടാതെ ഇരുന്നു കരഞ്ഞു. ഇടയ്ക്ക് അവൾ അമ്മാ എന്ന് വിളിച്ചെങ്കിലും അമ്മ ഒച്ചയിട്ടുകൊണ്ട് ‘പേസാദേ’ എന്ന് പറഞ്ഞു. അമ്മ സംസാരം നിർത്തിയപ്പോൾ, അമ്മു പറയാൻ തുടങ്ങി.

“അമ്മ, ഞാൻ അമ്മാനേം അപ്പനേം പറ്റിച്ചിട്ടൊന്നില്ല, ഒരാളെ ഇഷ്ടപ്പെട്ടതാണോ തെറ്റ്? ശരിയാ, ഞാൻ അമ്മനോടും അപ്പയോടും പറഞ്ഞില്ല, അതു രണ്ടാളും എങ്ങനെ ഇതിനെ...?” അവളുടെ ശബ്ദം ഇടറിപ്പോയി.

അമ്മ അവളെ തറച്ചു നോക്കിക്കൊണ്ട്, “ആ, ഞങ്ങൾ ഇതിനെ എങ്ങനെ എടുക്കും എന്നല്ലേ? നിന്റെ എന്തെങ്കിലും ഇഷ്ടം ഞങ്ങൾ വേണ്ടാന്ന് പറഞ്ഞിട്ടുണ്ടോ, നിനക്ക് ഇഷ്ടം ഇല്ലാത്ത എന്തെങ്കിലും ഞങ്ങൾ വേണ്ടാന്ന് പറഞ്ഞിട്ടുണ്ടോ. എന്തിനെങ്കിലും നിന്നെ നിർബന്ധിച്ചിട്ടുണ്ടോ? നിന്റെ എല്ലാ ഇഷ്ടങ്ങൾക്കും നിന്റെ കൂടെ നിക്കാറില്ലേ ഞങ്ങൾ. നിന്റെ ഫ്രണ്ട്സ്ന്റെ കാര്യങ്ങളും കോളേജിലെ വിശേഷങ്ങളും പറയുന്നതല്ലേ അമ്മൂ. പക്ഷേ ഇതുമാത്രം നീ ഞങ്ങളോട് പറഞ്ഞില്ല. കെട്ടിപ്പിടിച്ച് നടക്കാൻ മാത്രം വരെ ഈ ബന്ധം എത്തിയിട്ടും അല്ലേ? എത്ര പ്രൊപ്പോസൽ നിനക്ക് വന്നു, നിനക്ക് ഇഷ്ടമല്ലാത്തതുകൊണ്ടല്ലേ ഞങ്ങൾ അതിനു നിർബന്ധിക്കാഞ്ഞത്. നാളെ ആ പയ്യന്റെ പേരന്റ്സ് ഇങ്ങോട്ട് വരും. അവരോട് ഞങ്ങൾ എന്താ പറയാ?”

അമ്മയുടെ ദേഷ്യത്തിലുള്ള സംസാരം കേട്ടിട്ടും അമ്മു ഒന്നും മിണ്ടാതെ ഇരുന്നു. താൻ എല്ലാം കേട്ട് സോഫയിലും.

അമ്മു പതിയെ സങ്കടം അടക്കി ശബ്ദം താഴ്ത്തിക്കൊണ്ടു പറഞ്ഞു. “അമ്മാ, അമ്മ വിചാരിക്കണപോലെ അല്ല.”

അവളുടെ ന്യായീകരണത്തിന് അമ്മ കയർത്തുകൊണ്ടുതന്നെ പറഞ്ഞു. "നീ പേസാദേ... ഞങ്ങളും നിന്റെ പ്രായം കഴിഞ്ഞു തന്നെ വന്നതാ. ഒന്നും ഇല്ലെന്നൊക്കെ പറയാനാണോ പോണത് ഹാ..."

അപ്പ ഇരിക്കുന്നതുകൊണ്ടുതന്നെ, അമ്മ അല്പം ശബ്ദം താഴ്ത്തി പറഞ്ഞു. "അടുപ്പിൽ പിടിച്ച, കെട്ടിപ്പിടിച്ച, അതോ വേറെ വല്ലതും..."

അമ്മ അപ്പയോടും കയർത്തു. "നിങ്ങൾ എന്താ ഒന്നും മിണ്ടാത്തത്, ഇനിയും ഇവൾ പറയണത് വിശ്വസിക്കണോ?"

അമ്മു കരഞ്ഞു തുടങ്ങി അപ്പോഴേക്കും. അവളുടെ ആ തേങ്ങിക്കരച്ചിൽ സഹിക്കാൻ തനിക്ക് കഴിഞ്ഞില്ല. അപ്പ അവളെ അടുത്തേക്ക് വിളിച്ചു. കണ്ണുനീർ ഒഴുകിയിരുന്ന അവളുടെ താടി ഉയർത്തി, കണ്ണുനീർ തുടച്ചു.

"കണ്ണാ, എന്നാച്ച്? നീ എല്ലാം പറയണതല്ലേ, അതുകൊണ്ടല്ലേ ഞങ്ങൾക്ക് വിഷമം ആയത്. എന്നെങ്കിലും മോൾടെ ഇഷ്ടത്തിന് ഞങ്ങൾ എതിര് നിന്നിട്ടുണ്ടോ?"

അമ്മു ഒന്നും പറയാതെ കരഞ്ഞുതന്നെ ഇരുന്നു.

"പറ ആരാ ആ പയ്യൻ? നാളെത്തന്നെ ഞങ്ങൾ ആ പയ്യന്റെ പേരന്റ്സിനെ കാണാം. നമ്മൾക്ക് സംസാരിക്കാം. എന്താ പോരേ?"

"നാൻ ഇത് സൊന്ന നീങ്കെ ഒത്തുക്കമാട്ടെന്നു ഭയന്തിട്ടതാ സൊല്ലലേ..."

അമ്മയ്ക്ക് അത് കേട്ടപ്പോൾ ദേഷ്യം വന്നു. "ഒതുക്കേലെന്ന നീ അവാങ്ങിട്ടെ പോയിടുവാ?"

അമ്മയോട് സംസാരം നിർത്താൻ അപ്പ കൈകൊണ്ട് ആംഗ്യം കാണിച്ചു.

"ഓ, നിങ്ങൾ കേട്ടിരുന്നോ... ഞാൻ പറയുന്നില്ല ഒന്നും."

അപ്പ വീണ്ടും അമ്മയെ നോക്കി. അമ്മ മിണ്ടാതെ നിന്നു. അപ്പ വീണ്ടും അമ്മുവിനോട് പറഞ്ഞു.

"അപ്പ ഇതുവരെ മോളെ വഴക്കുപോലും പറഞ്ഞിട്ടില്ലല്ലോ. പിന്നെ എന്തിനാ പേടിക്കണത്, മോളെ പറ ആരാ ആ പയ്യൻ? അപ്പ നിങ്ങളെ അങ്ങനെ കണ്ടതുകൊണ്ടല്ലേ അപ്പയ്ക്ക് വിഷമം ആയത്. പറ, എന്താ ആ പയ്യന്റെ പേര്? മോളു പറയൂ, മോൾടെ ഇഷ്ടം അല്ലേ ഞങ്ങടേം ഇഷ്ടം, മോൾടെ ഇഷ്ടം അങ്ങനാണെങ്കിൽ ഞങ്ങൾക്ക് ഓക്കെയാണ്. അല്ലേ?"

അപ്പ അമ്മയുടെ മുഖത്തേക്കും നോക്കി.

അപ്പ ഇങ്ങനെയൊക്കെ പറഞ്ഞെങ്കിലും അമ്മു ഒന്നും പറയാതെ കരഞ്ഞു. അപ്പ അവളെ സമാധാനിപ്പിച്ചുകൊണ്ട് അവളെ തലോടിക്കൊണ്ട് വീണ്ടും പറഞ്ഞു.

“വിഷമിക്കണ്ടാട്ടൊ. അപ്പാക്കും അമ്മയ്ക്കും കൊഴപ്പോന്നില്ല.”

അവൾ ശ്വാസം എടുത്തുകൊണ്ട് വിങ്ങിക്കൊണ്ടു പറഞ്ഞു.

“നീങ്ക ഒത്തുക്കമാട്ടെപ്പാ.”

അവളുടെ ആ മറുപടിക്ക് അമ്മ പിന്നിൽനിന്നും പറഞ്ഞു.

“മുതലേ നീ സൊല്ലിത്തോലെ.”

അപ്പ വീണ്ടും അമ്മയെ നോക്കി. അമ്മ ഈർഷ്യയോടെ സംസാരം നിർത്തി. അവൾ അപ്പയുടെ മുഖത്തേക്ക് നോക്കി. അപ്പ പറയൂ എന്ന അർത്ഥത്തിൽ അവളെയും നോക്കി

“അപ്പ അവർ മുതലേ എൻ സീനിയർ, ഇപ്പൊ എൻ കോളേജിൽ ലെക്ചറർ ആ വേലെപാകരേ.”

അമ്മു അത് പറഞ്ഞു കഴിഞ്ഞതും വീണ്ടും കരഞ്ഞു നിർത്താതെ.

“എന്നാച്ച്മാ?”

അമ്മു കരച്ചിലടക്കാതെ ഒറ്റശ്വാസത്തിൽ പറഞ്ഞു. “അവർടെ പേര് സകരിയ... അവർ മുസ്ലീം പ്പാ.”

“എന്നത് മുസ്ളീമാ?

അതോടെ അപ്പയ്ക്ക് ഒന്നും പറയാനുണ്ടായിരുന്നില്ല. നിർവികാരനായി സോഫയിൽ ചാരിയിരുന്നു. കാലം തന്നെ ചതിച്ചിരിക്കയാണ്. തന്റെ മോളും. ഓർമ്മകളിൽ അമ്മു മാത്രം നിറഞ്ഞുനിന്നു. അപ്പ വിചാരിക്കുകയായിരുന്നു.

* * *

പരസ്പരം മിണ്ടാതെയുള്ള അപ്പയുടെയും അമ്മയുടെയും കിടത്തം ഒരുപാട് നേരം കഴിഞ്ഞിരിക്കുന്നു. ബെഡ്ഡിനരികിലെ ചെറിയ ടേബിൽ ലൈറ്റിനോട് ചേർന്ന് വച്ചിട്ടുള്ള മൊബൈൽ ഫോൺ എടുത്ത് അപ്പ സമയം നോക്കി. ഒരു മണി ആയിരിക്കുന്നു. അപ്പ ഫോൺ അവിടെത്തന്നെ വച്ച്, തലയിണ ചാരിവച്ച് എണീറ്റിരുന്നു. ബെഡ് ലൈറ്റ് ഇട്ട ശേഷം ടേബിളിൽ തന്നെ വച്ചിട്ടുള്ള ജഗ്ഗിൽ നിന്നും വെള്ളം എടുത്ത് കുടിച്ചു. വെള്ളം കുടിച്ചശേഷം കിടക്കാതെ

അങ്ങനെത്തന്നെ ഇരുന്നു. ഇരുണ്ട വെളിച്ചത്തിലെ അപ്പയുടെ ഇരുത്തം കണ്ട് അമ്മയും എഴുന്നേറ്റു. അപ്പ മാത്രമല്ല അമ്മയും ഉറങ്ങിയിട്ടില്ലായിരുന്നു.

"എന്തേ ഉറങ്ങിയില്ലേ?"

"ഇല്ല..."

അമ്മ വെറുതെ മൂളുക മാത്രം ചെയ്തു. ചെറിയ ആ വെളിച്ചത്തിലും പരസ്പരം കണ്ണുകളിലേക്കു നോക്കി. രണ്ടുപേരുടെയും കണ്ണുകൾ നിറഞ്ഞിരുന്നു.

അപ്പ അമ്മയോടും ചോദിച്ചു. "താൻ ഉറങ്ങിയില്ലായിരുന്നുലേ?"

"ഇല്ല."

"എന്തുപറ്റി?"

"ആ ന്യൂസ് കേട്ടപ്പോ എന്തോ..."

ഒരു നെടുവീർപ്പിട്ടകൊണ്ട് അമ്മ പറഞ്ഞു. "ഇനി അതൊന്നും ആലോചിക്കേണ്ട, കിടന്നോ."

"താൻ ഓർക്കുന്നുണ്ടോ, ഞാൻ അന്ന് മോളെ ഒരുപാടു തല്ലി."

അമ്മ മൂളി.

"അവൾക്കു വേദനിച്ചിണ്ടാവോ?"

"സാരമില്ല."

"ഞാൻ ആദ്യായിട്ടാണ് അന്ന് എന്റെ മോളെ തല്ലിയത്."

തളം കെട്ടിനിന്നിരുന്ന കണ്ണുനീർ താഴേക്ക് വീണു. അപ്പയുടെ കണ്ണുനീർ കണ്ടു അമ്മയും കരഞ്ഞു. പക്ഷേ ആ കണ്ണുനീർ താഴെ വീഴുന്നതിനു മുൻപുതന്നെ അത് തുടച്ച് അപ്പയെ സമാധാനിപ്പിക്കാനെന്നോണം പറഞ്ഞു

"നമ്മളെന്തിനാ വിഷമിക്കണത്, നമ്മളല്ലല്ലോ ഒന്നും വേണ്ടാന്ന് വച്ചത്. എല്ലാം വേണ്ടാന്ന് വച്ചത് അവളല്ലേ, അവളല്ലേ നമ്മളെ വിട്ടിട്ട് പോയത്?"

ഒന്നും മിണ്ടാതെ അപ്പയും മൂളി.

അമ്മ വീണ്ടും പറഞ്ഞു. "എല്ലാ അച്ഛനും അമ്മയും ചെയ്യണത് തന്നെയാ നമ്മളും ചെയ്തുള്ളൂ."

ഒന്ന് മൂളിക്കൊണ്ട് ഒരു പ്രതീക്ഷയിലെന്നപോലെ അപ്പ അമ്മയോട് പറഞ്ഞു.

"ചിലപ്പോ അവൾ വരും. അപ്പാ... അമ്മാ...ന്നു വിളിക്കും. അപ്പൊ

നമുക്ക് പിണക്കം കാണിക്കണ്ട. ചിലപ്പോ നമ്മൾ വഴക്കു പറയുമെന്ന് വിചാരിച്ചാവും അവൾ വരാത്തത്."

അപ്പയുടെ മക്കളോടുള്ള ഈ സ്നേഹവും അവൾ വരുമെന്ന പ്രതീക്ഷ നിറഞ്ഞ വാക്കുകളും കേട്ട് അമ്മ നിയന്ത്രണം വിട്ട് കരയാൻ തുടങ്ങി. അമ്മയെ സമാധാനിപ്പിക്കാൻ വാക്കുകളില്ലാത്തതുകൊണ്ടുതന്നെ ഒന്നും പറയാതെ അപ്പ അമ്മയെ നെഞ്ചോട് ചേർത്തിരുത്തി.

* * *

"**ദു**ബായ് എന്നത് അറേബ്യൻ ഐക്യനാടുകളിലെ ഏഴ് എമിറേറ്റുകളിൽ ഏറ്റവും ജനസാന്ദ്രതയുള്ള നഗരവും എമിറേറ്റുമാണ്. വലിപ്പത്തിൽ അബുദാബിയുടെ തൊട്ടടുത്ത സ്ഥാനം ഉണ്ടെങ്കിലും ചെറിയ സംസ്ഥാനമാണ് ദുബായ്. അറേബ്യൻ ഐക്യനാടുകളിലെ രണ്ടാമത്തെ വലിയ സാമ്പത്തികശക്തിയാണ് ദുബായ് എമിറേറ്റ് (അബുദാബിക്കു തൊട്ടുപിറകിലായി).

ലോകത്തിന്റെ വാണിജ്യതലസ്ഥാനമായി വളർന്നുകോണ്ടിരിക്കുന്ന ഒരു നഗരവും എമിറേറ്റുമാണ് ദുബായ്. ദുബായ് എമിറേറ്റിന്റെ സാമ്പത്തികവരുമാനം പ്രധാനമായും വ്യവസായം, ടൂറിസം, ഫൈനും ഫീസും ആണ്. എമിറേറ്റിന്റെ വരുമാനത്തിന്റെ ഏതാണ്ട് 10 ശതമാനത്തിൽ താഴെ മാത്രമേ പെട്രോളിയം ശേഖരത്തിൽ നിന്നും ലഭിക്കുന്നുള്ളൂ. പേർഷ്യൻ ഉൾക്കടലിന്റെ തെക്കുകിഴക്കൻ തീരത്താണ് ദുബായ് സ്ഥിതി ചെയ്യുന്നത്. ദുബായും അബുദാബിയും ആണ് ദേശീയപ്രാധാന്യമുള്ള വിഷയങ്ങളിൽ നിയമനിർമ്മാണ സഭയിൽ വീറ്റോ അധികാരമുള്ള രണ്ടു സംസ്ഥാനങ്ങൾ. ദുബായ് നഗരം സംസ്ഥാനത്തിന്റെ വടക്കൻ തീരപ്രദേശത്ത് ദുബയ്, ഷാർജ, അജ്മാൻ നഗരപ്രദേശത്തിന്റെ ശീർഷസ്ഥാനത്തായും സ്ഥിതി ചെയ്യുന്നു. ഇനിയും കുറെ പറയുവാനുണ്ട്. അത് മറ്റൊരിക്കലാവട്ടെ."

ദുബായുടെ ചരിത്രസ്ഥലികളുടെ ചുരുക്കവിവരണം അർച്ചനയോട് പറയുകയായിരുന്നു സകരിയ. തന്റെ മാറോട് ചേർത്തിക്കിടത്തി ആ ചരിത്രം പറയുമ്പോൾ അർച്ചനയുടെ കണ്ണുകളിൽ വിസ്മയം തിളങ്ങിനിന്നിരുന്നത് ഓർത്തുപോയി ഓഫീസിലെത്തിയിട്ടും സകരിയ.

* * *

ബിസിനസ് ബ്ലോക്കിലെ ഓഫീസിൽ, ചുറ്റും ഗ്ലാസ് വിൻഡോകളിലൂടെ മനോഹരമായ ദുബായ് നഗരത്തിലെ രാത്രി വെളിച്ചം

കാണാം. നിലാവെളിച്ചത്തിൽ മുങ്ങിയ കനാലിലൂടെ രാത്രി സഞ്ചാരികളുമായി സംഗീതത്തിന്റെയും വെളിച്ചത്തിന്റെയും നൃത്തത്തിന്റെയും അകമ്പടിയിൽ ഉല്ലാസനൗകകൾ നീങ്ങുന്നു.

ലോകത്തിലെ ഏറ്റവും വലിയ കെട്ടിടത്തിന്റെ തൊട്ടടുത്തെന്നോണം തോന്നിക്കുന്ന ഓഫീസിൽനിന്നും പതിവുപോലെ ലേറ്റ് ആയി തന്നെ ഇറങ്ങുകയാണ് ചീഫ് അക്കൗണ്ടന്റ് ആയ സകരിയ. ഇറങ്ങുമ്പോൾ തന്നെ സകരിയയുടെ ഫോണിലേക്കു തുരുതുരാ മെസേജുകൾ വരുന്നുണ്ട്. സകരിയ ഫോൺ എടുത്ത് നോക്കി, വാട്സാപ്പിൽ തുമ്പിയും ആപ്പിളും കൊറിയൻ സ്മൈലികളും വരുന്നുണ്ട്. അത് നോക്കി സകരിയ പുഞ്ചിരിച്ചു. അതിന്റെ കൂടെ ഒരു വോയ്സും.

“അപ്പാ എപ്പളാ വരാ?” ആ കുട്ടിയുടെ ശബ്ദത്തിന്റെ കൂടെ വലിയ ഒരു പെണ്ണിന്റെ ശബ്ദവും കേൾക്കാം.

“വേഗം വരാൻ പറ അപ്പയോട്.”

“അപ്പാ വേഗം വരാൻ...”

സകരിയ ചിരിച്ചുകൊണ്ട് റീപ്ലേ വോയിസ് അയച്ചു. “അപ്പ വേഗം വരാണല്ലോ.”

പെട്ടെന്ന് തന്നെ അതിനു റീപ്ലേ വന്നു. കുഞ്ഞും അമ്മയും ഒരുമിച്ച് ഐ ലവ് യൂ എന്ന് പറഞ്ഞതുകേട്ട് സകരിയയ്ക്ക് ചിരി വന്നു. അതിനു താഴെ ഒരു മെസ്സേജും ഉണ്ടായിരുന്നു.

“ആഴ്ചാവസാനം ആണെന്ന് മറക്കണ്ട ലവ് യൂ...”

സകരിയയുടെ ഭാര്യ അർച്ചനയായിരുന്നു അത്. ലവ് സ്മൈലി മാത്രം അയച്ചു സകരിയ ഓഫീസിൽനിന്നും ഇറങ്ങി. രാത്രി അതിമനോഹരമായതും വളരെ തിരക്കുള്ളതുമായ ദുബായ് ഡ്രൈവിലാണ് സകരിയ, ഡ്രൈവ് ചെയ്യുന്നതിനിടയിൽ സ്പീക്കർ ഫോണിൽ അർച്ചനയ്ക്ക് വിളിച്ചു രണ്ടു റിങ്ങിനുശേഷം വളരെ റൊമാന്റിക് ആയി അവൾ ഹലോ... എന്ന് പറഞ്ഞു.

“ഹലോ മാഡം.”

“യെസ് പറയൂ...

“പത്ത് മിനിറ്റിനുള്ളിൽ ഞാൻ എത്തും.”

“അതിന്?”

“അതിനോ... അമ്മേം മോളും കുളിച്ച മേക്കപ്പ് ഒക്കെ ഇട്ട് റെഡി ആയി നിന്നോ. ഞാൻ വന്ന് ഒരു ചായ കുടിച്ച ഒന്ന് ഫ്രഷ് ആയി വേഗം ഇറങ്ങാം. വേഗം പോയി വരാം.” സകരിയ ഒരു കള്ള ച്ചിരിയോടെ, “വന്നിട്ട് കൊറേ കാര്യങ്ങൾ ഉണ്ടേ...”

അർച്ചന വളരെ റൊമാന്റിക് ആയിത്തന്നെ ഓക്കെ എന്ന് പറഞ്ഞു ഫോൺ കട്ട് ചെയ്തു. സകരിയ ഫ്ളാറ്റിൽ എത്തി. കാളിങ് ബെൽ അടിച്ചപ്പോഴേക്കും അർച്ചന വാതിൽ തുറന്നു. അവൾ അതീവസുന്ദരിയാണ്. സകരിയ അവളെത്തന്നെ നോക്കിനിന്നു. നീല സാരിയിൽ, കറുത്ത ഒരു പൊട്ട് അവളുടെ മനോഹരമായ പുരികങ്ങൾക്കിടയിൽ വച്ചിട്ടുണ്ട്. ലിപ്സ്റ്റിക് ഇട്ടതുകൊണ്ടുതന്നെ അവളുടെ ചുണ്ടുകൾ നനഞ്ഞപോലെയാണ്. സകരിയ പതിയെ അവളുടെ കണ്ണുകളിലേക്കു നോക്കി, അകത്തേക്ക് കയറി.

അവൾ പതിയെ പുറകിലേക്ക് നീങ്ങി. ഫ്ളാറ്റിന്റെ ഡോർ അടച്ചു കൊണ്ട് അവളെ നോക്കി. വെളുത്തു വളരെ മിനുസമായ അവളുടെ ഇടുപ്പിലേക്ക് നോക്കി. അയാൾ കാണാനെന്നോണം അല്പം താഴ്ത്തിയുടുത്തിരിക്കുന്നതുകൊണ്ടുതന്നെ അവളുടെ മുല്ലമൊട്ടു പോലുള്ള പൊക്കിൾ അയാളെ കണ്ണുകൾ അവിടെ നിന്നും എടു ക്കാൻ സമ്മതിച്ചില്ല. അവളുടെ അഴിച്ചിട്ട മുടിയും മറുകുള്ള കഴുത്തും അയാളെ അവിടെത്തന്നെ നിറുത്തി. കണ്ണുകൾകൊണ്ട് അവളുടെ മുഴുവൻ സൗന്ദര്യവും അവൻ ആസ്വദിച്ചിരുന്നു. പെട്ടെന്നുതന്നെ അവൾ, അയാളുടെ കണ്ണിനു നേരെ വിരലുകൾ ഞൊടിച്ചുകൊണ്ട് ഹലോ എന്ന് വിളിച്ചു. അവൾ പെട്ടെന്ന് ഒന്ന് ചിരിച്ചു

“ഹലോ... കഴിഞ്ഞോ?”

അവൻ പുഞ്ചിരിച്ചുകൊണ്ട് “തുടങ്ങീട്ട് ഒള്ളൂ.”

“ഓഹോ...”

“യെസ്.”

“എന്നാലേ മതി. ഇനി വന്നിട്ട്. വേഗം പോയി കുളിച്ചോ. ഞാൻ ചായ ഇടാം.”

സകരിയ അവളെ പെട്ടെന്ന് തന്നെ ഇടുപ്പിലോടെ പിടിച്ച് അവ നിലേക്കടുപ്പിച്ചു. അവളുടെ കണ്ണിലേക്കു നോക്കി പറഞ്ഞു “ഓയ്...”

അർച്ചന ഒന്ന് മൂളി.

“അയ്യര്പ്പൊണ്ക്ക് ഇവ്ച്ളോ അഴകാ.”

ഒരു കംപ്ലിമെന്റ് എന്നോണം അവൾ മൂളി.

പെട്ടെന്ന് ഒരു വിളി പുറകിൽ നിന്ന്, “അപ്പാ...”

അവർ രണ്ടുപേരും പിടിവിട്ടുകൊണ്ട് വിളി കേട്ടു. “ആ... അമ്മു ക്കുട്ടീ...”

ഒരു കാർട്ടൂൺ ബുക്ക് കൈയിൽ പിടിച്ചുകൊണ്ട് നല്ല ഉടുപ്പെല്ലാം ഇട്ട് ഒരുങ്ങിത്തന്നെയാണ് അമ്മുക്കുട്ടി. അമ്മുക്കുട്ടീ എന്ന് വിളിച്ചു കൊണ്ട് സകരിയ അവളെ എടുത്തു. സകരിയ ചോദിച്ചു.

“അമ്മുക്കുട്ടി എന്തെടുക്കാർന്നു?”

“അപ്പാ, ഞാൻ കളർ ചെയ്യാ.”

“ഡ്രസ്സിലെങ്ങാനും ആക്കിയാ നിന്നെ ഞാൻ ശരിയാക്കും.”

സകരിയ അമ്മുക്കുട്ടിയെ കാണിക്കാനെന്നോണം പറഞ്ഞു.

“പിന്നെ... എന്റെ മോളെ നീ ചീത്ത പറഞ്ഞാ നിന്നെ ഞങ്ങൾ ശെരിയാക്കും. അല്ലേ, അമ്മുക്കുട്ടി.”

അവൾ തലയാട്ടി, അപ്പയ്ക്ക് ഒരു ഉമ്മ കൊടുത്തു.

അമ്മുക്കുട്ടി അപ്പയോട് അമ്മയെപ്പറ്റി പരാതി പറഞ്ഞു അപ്പോഴേക്കും. അർച്ചനയ്ക്കു നേരെ കുഞ്ഞുവിരലുകൾ നീട്ടിക്കൊണ്ട്, “അപ്പ, അമ്മ തിട്ടിട്ടാ...”

സകരിയ ആശ്ചര്യം നടിച്ചുകൊണ്ടു പറഞ്ഞു.

“യേണ്ടീ യെൻ അമ്മുക്കുട്ടിയെ തിട്ടിട്ടിയാ, സെരിയാന രാക്ഷസി...”

സകരിയ അർച്ചനയെ അമ്മുക്കുട്ടിക്ക് വേണ്ടി വഴക്കു പറഞ്ഞു.

“ഹാ... അയ്യങ്കാര് പൊന്നു, ഇപ്പൊ രാക്ഷസിയായിട്ടാലോ...”

അവൾ സകരിയയുടെ കൈയിൽ പിടിച്ചുകൊണ്ട് പറഞ്ഞു, “ഫ്രോഡ്.”

അമ്മുക്കുട്ടിയും അതേറ്റു പറഞ്ഞു.

സകരിയ വീണ്ടും ആശ്ചര്യം അഭിനയിച്ചുകൊണ്ട്, “ഹ്ഹ്ഹ്” എന്ന് കളിയാക്കി. ആ കൊഞ്ചിക്കലിന് ബ്രേക്ക് ഇട്ടെന്നോണം, അർച്ചന അമ്മുക്കുട്ടിയെ സകരിയയുടെ കൈയിൽനിന്നും വാങ്ങി, വേഗം കുളിച്ചിട്ട്, നിസ്കരിച്ചിട്ട് വരാൻ പറഞ്ഞ് അയാളെ ബാത്റൂമിലേക്ക് ഉന്തിത്തള്ളിവിട്ടു.

കുളി കഴിഞ്ഞ സകരിയ, അവരുടെ പൂജാമുറിയിൽ നിസ്കരിച്ചു. ആ ഫ്ളാറ്റിൽ പ്രാർത്ഥനയ്ക്ക് ഒരു മുറിയാണുള്ളത്. അർച്ചനയയ്ക്ക് പ്രാർത്ഥിക്കാനായി ചില്ലിട്ട കൃഷ്ണരൂപത്തിൽ സകരിയയുടെ നിസ്കാരരൂപം നിഴലായി കാണുന്നുണ്ട്.

നിസ്കാരം കഴിഞ്ഞു സകരിയ ഹാളിൽ വന്നപ്പോഴേക്കും അർച്ചന ചായയുമായി വന്നു. ചായ കുടിച്ച അവർ അവരുടെ വീക്കെൻഡ് പ്രോഗ്രാമായ ഔട്ടിങ്, ഷോപ്പിങ്ങിന് ഇറങ്ങി. കാറിന്റെ ബാക് സീറ്റിൽ ഒരുപാട് കവറുകൾ, ബാക് സീറ്റിലെ ബേബി സീറ്റിൽ അമ്മുക്കുട്ടി ഉറങ്ങുന്നുണ്ട്. സകരിയ കാറിലെ മ്യൂസിക് ഓൺ ആക്കി.

“നിലാമലരേ നിലാമലരേ

പ്രഭാകിരണം വരാറായി...”

മനോഹരമായ രാത്രി യാത്ര നീണ്ടു. ആ യാത്രയ്ക്കിടയിൽ അവർ അന്ന് പോയ സകരിയയുടെ കൂട്ടുകാരന്റെ കല്യാണ ഫോട്ടോ അർച്ചന ഫോണിൽ നോക്കുന്നുണ്ടായിരുന്നു.

സകരിയയുടെ കൂട്ടുകാരൻ സുബിന്റെ കല്യാണഫോട്ടോസ് ആയിരുന്നു അത്. അവൾ അവളുടെ ഫോട്ടോസ് സൂം ചെയ്തു സകരിയായെ കാണിച്ചു.

“നോക്കിയേ, സാരി ഒക്കെ ഉടുത്തു നല്ല രസണ്ടല്ലേ. ആ ഫിലിപ്പീനി ആണെങ്കിലും സാരി ഉടുത്തപ്പോ നല്ല ഭംഗിയായി.”

അർച്ചന ഒന്നും മിണ്ടാതെ സകരിയയുടെ മുഖത്തേക്ക് നോക്കി.

“എന്താ? എന്റെ കാര്യാ പറഞ്ഞത്?”

അവളുടെ പരിഭവത്തെ അയാൾ മധുരമായ വാക്കുകൊണ്ട് മായ്ച്ചു കളഞ്ഞു.

“നീ എപ്പഴും സുന്ദരിയല്ലേ?”

അവൾ മൂളി. അവർ അന്നത്തെ കല്യാണത്തെപ്പറ്റി സംസാരിക്കാൻ തുടങ്ങി അർച്ചന.

“സുബിനും ലാവ്‌ലിയും എത്ര കാലയിട്ട് ഇഷ്ടത്തിലായിരുന്നു?”

“സകരിയ ഒരു വർഷം ആയിക്കാണും.” അവൾ അല്പം മൗനം പാലിച്ച് എന്തോ ആലോചിച്ചു.

“എന്തേ?”

“ഇവരുടെ വീട്ടുകാരൊക്കെ എങ്ങനെ സമ്മതിച്ചു, ഒരു ഫിലിപ്പിനെ കുട്ടീനെ അതും ക്രിസ്ത്യൻ...”

“ആദ്യം സമ്മതിച്ചൊന്നില്ല, പിന്നെ അവൻ സ്ട്രോങ്ങ് ആയി നിന്നു.”

അവരുടെ ആ സംസാരത്തിനിടയിൽ പല പാട്ടുകളും മാറിക്കൊണ്ടിരുന്നു.

“അല്ലെങ്കിലും ഈ പ്രേമത്തിന് ജാതീം മതവും നാടും ഒന്നും പ്രശ്നം അല്ലല്ലോ.”

“അത് നിനക്ക് ഇപ്പോളാണോ മനസ്സിലാകുന്നത്?”

അവൾ അയ്യ... എന്ന് പറഞ്ഞുകൊണ്ട് അവന്റെ കൈയിൽ പിച്ചി.

വീട്ടിലെത്തിയതും സകരിയ പറഞ്ഞു.

“ന്യൂസ് എന്തെങ്കിലും ഇണ്ടോന്നു നോക്കട്ടെ.”

ഒന്ന് രണ്ടു ചാനൽ മാറ്റിയതും ഒരു ചർച്ച ശ്രദ്ധയിൽ പെട്ടു.

അർച്ചനയ്ക്ക് നല്ല പരിചയമുള്ള ശബ്ദമായിരുന്നു അത്. അപ്പയുടെ അടുത്ത സുഹൃത്തും തീവ്ര വലതു പ്രവർത്തകൻ കൂടിയായ രാജേന്ദ്രന്റേതായിരുന്നു അത്. അവർ രണ്ടുപേരും ആ ചർച്ച മാറ്റാതെ ശ്രദ്ധിച്ചു. അയാൾ അതിൽ പറഞ്ഞിരുന്നത് ലൗ ജിഹാദിനെപ്പറ്റിയും മതംമാറ്റം, റിക്രൂട്ടിംഗ് മുതലായ കാര്യങ്ങളെപ്പറ്റിയായിരുന്നു. പക്ഷേ അതിന് അയാൾ ഉദാഹരണമായി പറഞ്ഞത് അവരിരുവരെയും ആശ്ചര്യപ്പെടുത്തി.

“എന്റെ വളരെ അടുത്ത പരിചയമുള്ള ഒരു കുട്ടിയുണ്ടായിരുന്നു. ആ കുട്ടിക്ക് സംഭവിച്ചതിന്റെ അടിസ്ഥാനത്തിൽ വ്യക്തമായ തെളിവുകളോടെയാണ് ഞാൻ ഈ പറയുന്നത്. ആ കുട്ടി ഒരു ജിഹാദിയായ ഒരുത്തന്റെ ചതിയിൽ പെട്ടു. അവൻ ആ കുട്ടിയെ മതം മാറ്റി. ഇന്ന് സിറിയയിലോ അഫ്ഗാനിലോ എവിടെയോ ആണെന്നാണ് കേൾക്കുന്നത്.”

ഇത് കേട്ടപ്പോഴേക്കും അർച്ചന ടിവി ഓഫാക്കി.

“ഏയ്... എന്തിനാ ഓഫ് ആക്കിയത്? അയാൾ എന്താ പറയണതെന്നു കേൾക്കട്ടെ.”

അവൾ ഒരു പുച്ഛത്തോടെ പറഞ്ഞു. “എന്ത് കേൾക്കാൻ, ഇയാളുടെ ഈ നുണയോ. നമ്മൾ ദുബായിലാണെന്ന് ഏറ്റവും നന്നായി അറിയുന്ന ആളാണ്.”

സകരിയ ചിരിച്ചുകൊണ്ട് അർച്ചനയോട് പറഞ്ഞു. “എടീ പെണ്ണേ, ഇതൊക്കെ വിശ്വസിക്കാൻ നാട്ടിൽ ആളുണ്ട്. അതല്ലേ ഇങ്ങനെ വന്നിരുന്നു പറയണത് ഇവറ്റകളൊക്കെ.”

അവൾ ഒന്നും മിണ്ടാതെ മൂളി.

നാട്ടിൽ അർച്ചനയുടെ അച്ഛൻ കണ്ടുകൊണ്ടിരുന്ന അതേ ചർച്ച തന്നെയായിരുന്നു അത്.

* * *

അർച്ചനയും സക്കരിയയും വീട്ടിൽ നിന്ന് മടങ്ങുകയാണ്. സഹോദരിയുടെ കല്യാണനിശ്ചയത്തിന് എത്തിയതായിരുന്നു അവർ. ദുബായിലേക്ക് തിരിച്ചു പോകുന്നതിന് മുൻപ് അപ്പയുടെയും അമ്മയുടെയും അടുത്ത് ചെല്ലണമെന്നും അവരെ കാണണമെന്നും അർച്ചനയ്ക്ക് വലിയ ആഗ്രഹമുണ്ട്. അതിനായി അവർ ഒരുപാട് തവണ ശ്രമിച്ചെങ്കിലും സാധിച്ചില്ല. കാരണം അവർ എപ്പോഴൊക്കെ കാണാൻ ശ്രമിച്ചുവോ അപ്പോഴൊക്കെ അപ്പയുടെ കൂടെ രാജേന്ദ്രനും അയാളുടെ ശിങ്കിടികളും ഉണ്ടാകും. അപ്പ ഇന്ന് അയാളുടെയും ചില വർഗ്ഗീയശക്തികളുടെയും കൂടെ കൂടിയിരിക്കുകയാണ്.

പോകുന്നതിന് അവർ മുൻപ് അവസാനമായി ഒരു ശ്രമം നടത്തിയിരുന്നു. കല്യാണനിശ്ചയം നടക്കുന്നത് ഓഡിറ്റോറിയത്തിലാണ്. നിശ്ചയത്തിന്റെ ഡ്രസ് എടുക്കലും മറ്റു ചടങ്ങുകളുടെയും ഇടയിലുണ്ടായിരുന്ന സംഭാഷണവും അർച്ചന ഓർത്തു.

എല്ലാവർക്കും ഇടയിൽ അർച്ചന. സാരിയും മുല്ലപ്പൂവും വെച്ച്, പൊട്ടും തൊട്ട് മുടി വാരി പിന്നിലേക്ക് കെട്ടി. അവരുടെ ഫാമിലി ഫോട്ടോയിൽ കണ്ടു. അവരിൽ ചിലർ കൂട്ടം കൂടി നിന്നു പറഞ്ഞു.

"ഏതാണ് ആ പെണ്ണ്?"

"ഓള് നമ്മടെ സകരീടെ പെണ്ണാ...

"സകരീടെ, ആ പട്ടത്തിയാ?"

"ആ..."

"ഓള് എന്താ തട്ടം ഇടാത്തത്?"

"പട്ടത്തികള് തട്ടം ഇടൂല, പൊട്ടാണ് തൊടാ."

"എന്നാലും പടച്ചോനേ...

"എന്തേ പടച്ചോന്ക്ക്?"

"ഓന്റെ ഒരു ധൈര്യം."

"നമ്മടെ ആൾക്കാരെ ഇടയ്ക്ക് ഓളെ കൊണ്ടരാൻ ഓന് കയിഞ്ഞല്ലാ."

"അതിനെന്താ കൊഴപ്പം?"

"കൊഴപ്പം ഒന്നല്ല, എന്നാലും ഒര് വെഷമം."

"പിന്നേ... പടച്ചോന് ഇല്ലാത്ത വെഷമാ ഇപ്പ ഇങ്ങക്ക്. ഒന്ന് പൊയിക്കാണി."

അവരുടെ ഫോട്ടോ എടുക്കൽ സ്റ്റേജിൽ നടക്കുന്നുണ്ട്. ആ പരിപാടിക്കുശേഷം അവൾ തിരിക്കുകയാണ്. അവരുടെ ആ യാത്ര എയർപോർട്ടിലേക്കാണ്. അർച്ചനയുടെ വീടിന്റെ പടി എത്തിയപ്പോൾ കാർ നിർത്തി അവൾ വീട്ടിലേക്ക് നോക്കി, അവിടെ ഇറങ്ങി.

വീടിന് ഗേറ്റിനു മുൻപിൽ കാർ പാർക്ക് ചെയ്ത് ഗേറ്റ് തുറന്ന് അവൾ മുറ്റത്തേക്ക് നടന്നു. സകരിയയും മകളും കാറിൽതന്നെ ഇരുന്നു. അവൾ ആശങ്കയോടെ മുറ്റത്തേക്ക് നടന്നു.

മുറ്റത്തിന് പഴയ ഭംഗി ഇല്ല. ചെടികളും പൂക്കളും ഒന്നും പരിപാലിക്കാറില്ല. മുറ്റത്തിന്റെ പല ഭാഗങ്ങളും പുല്ല് പിടിച്ച് കിടക്കുന്നു. മാവിൻ ചുവട് ഇലകൾ നിറഞ്ഞ് കിടക്കുന്നു. ചെടിച്ചട്ടികൾ എല്ലാം പൂപ്പൽ പിടിച്ച് നിറം മങ്ങിയിരിക്കുന്നു. അവൾ ചുറ്റുപാടും നന്നായി നോക്കി.

പടിയിലേക്ക് കയറി കോളിംഗ് ബെൽ അടിച്ചു. വാതിൽ തുറന്ന് അപ്പയും അമ്മയും വന്നെങ്കിലോ എന്ന് കരുതി അവൾ അവിടെ നിന്നു. വാതിൽ തുറന്ന് അവളെ കാണുമ്പോൾ, ഒന്നും മിണ്ടാതെ കണ്ണുനീർ പൊഴിക്കുന്നതായി സങ്കൽപ്പിച്ചു. അവളുടെ കണ്ണുകൾ നിറഞ്ഞ്, തുള്ളിയായി കണ്ണുനീർ ഒഴുകി. ആരും വാതിൽ തുറന്നില്ല. അവൾ വീണ്ടും കോളിംഗ് ബെൽ അടിച്ചു. അല്പനേരം അവിടെ കാത്ത് നിന്നു. വീണ്ടും അടിച്ചു.

“ഇവിടെ ആരും ഇല്ല.” അവൾ സകരിയയോട് വിളിച്ചു പറഞ്ഞു.

അവൾ തിരികെ നടന്നു. കാറിൽ സകരിയയും ഉപ്പയും കുഞ്ഞും ഇരിക്കുന്നുണ്ട്. അവൾ സങ്കടത്തോടെ കാറിൽ കയറി ഇരുന്നു

“പൊറത്ത് എവിടെങ്കിലും പോയതായിരിക്കും.” സകരിയ പറഞ്ഞു. അവൾ ഒന്ന് മൂളുക മാത്രമേ ചെയ്തു.

“നമ്മക്ക് കൊറച്ച് നേരം കൂടി വെയ്റ്റ് ചെയ്യാ മോളേ.” ഉപ്പ പറഞ്ഞു.

“വേണ്ട ഉപ്പ, ഇനി വരുമ്പ ആവട്ടെ, ലേറ്റ് ആകണ്ട.” അർച്ചന ഉപ്പയെ നോക്കി പറഞ്ഞു.

അവർ എയർപോർട്ടിൽനിന്ന് യാത്ര തിരിക്കുകയാണ്. ഉപ്പ മോളെ എടുത്ത് മുത്തം വെച്ച് യാത്രയാക്കി, സകരിയയെ കെട്ടിപ്പിടിച്ച് സലാം പറഞ്ഞു. അർച്ചനയുടെ കണ്ണുകൾ കലങ്ങിയിരിക്കുന്നു. ഉപ്പ അവളെ നോക്കി പറഞ്ഞു. “മോളെ, വിഷമിക്കണ്ട. ഉപ്പ അപ്പയെ കാണാം, സംസാരിക്കാം, മോള് കാണാൻ വന്നിരുന്നതും പറയാ.”

അവൾ മൂളുക മാത്രം ചെയ്തു. മൂവരും നടന്ന് നീങ്ങി, എയർപോർട്ടിന് അകത്തേക്കുള്ള ഡോറിലേക്ക് നടക്കുമ്പോൾ അവളുടെ കണ്ണ് നിറഞ്ഞിട്ടുണ്ട്. അവൾ അകത്തേക്ക് കയറുന്നതിന് മുൻപ് തിരിഞ്ഞ് ഉപ്പയെ ഒന്നുകൂടി നോക്കി. അപ്പയെ കാണണം എന്ന് അവൾ ആ നോട്ടംകൊണ്ട് ഓർമ്മിപ്പിക്കുന്നപോലെ.

* * *

നാട്ടിൽനിന്ന് വന്നതിനുശേഷം അർച്ചന വളരെ വിഷാദത്തിലാണ്. അവൾക്ക് വല്ലാത്ത മൗനവും ദേഷ്യവും വരുന്നത് സകരിയ ശ്രദ്ധിക്കുന്നുണ്ട്. അവളുടെ മുഖത്ത് സങ്കടം തളം കെട്ടി നിൽക്കുന്നതും അവന് മനസ്സിലായിരിക്കുന്നു. ഇടയ്ക്കിടയ്ക്ക് അമ്മുക്കുട്ടിയോട് ദേഷ്യപ്പെടുന്നതും അയാൾ ശ്രദ്ധിക്കുന്നുണ്ട്. അമ്മുക്കുട്ടി അകത്തെ

അവളുടെ ടേബിളിൽ ഇരുന്ന് വാട്ടർ കളർ ചെയ്യുകയാണ്. ലാപ്ടോപ്പിൽ ഓഫീസിലെ ജോലികളിൽ മുഴുകിയിരിക്കുകയാണ് സകരിയ. അടുക്കളയില എന്തോ ചെയ്യുന്നുണ്ട് അർച്ചന. വിഷമിച്ച മുഖവുമായി, അവൾ അടുക്കളയിൽ നിന്ന് വന്ന് ചോദിച്ചു.

"ചായ വേണോ?"

സകരിയ അവളുടെ മുഖത്തേക്ക് നോക്കി. അവളുടെ കണ്ണുകളിൽ അവളിലുണ്ടായിരുന്ന മാറ്റം തെളിഞ്ഞ് കാണാമായിരുന്നു. അതിനെപ്പറ്റി ഒന്നും ചോദിച്ചില്ല. ഇത് പറഞ്ഞ് അമ്മുക്കുട്ടിയെ നോക്കി. അമ്മുക്കുട്ടി അവളുടെ വാട്ടർ കളർ ഇരിക്കുന്ന സോഫയിൽ കൈയിലെ ബ്രഷ് കൊണ്ട് തേയ്ക്കുന്നു. അർച്ചന ഇത് കണ്ടതും ദേഷ്യം കൊണ്ട് അവളുടെ അടുത്തേക്ക് പാഞ്ഞുചെന്ന് ഉച്ചത്തിൽ പറഞ്ഞു.

"ടീ, അത് അങ്ക പോട്ടിട്ട്യാ."

ആ ബ്രഷ് അവളുടെ കൈയിൽനിന്നും ബലമായി വാങ്ങി, അമ്മുക്കുട്ടീടെ കൈയിൽ ഒറ്റയടി കൊടുത്തു.

ഏയ് എന്നും പറഞ്ഞ് സകരിയ ചാടി എണീറ്റപ്പോഴേക്കും അമ്മുക്കുട്ടി കരഞ്ഞു തുടങ്ങിയിരുന്നു.

സകരിയ ചാടി എണീറ്റ് അമ്മുക്കുട്ടിയെ എടുത്തു.

"എന്തിനാ തല്ലിയത്?"

"അത് കൊഴപ്പില്ല."

"വെറ്തെ അതിനെ തല്ലീട്ട് എന്ത് കാര്യം?"

സകരിയ അമ്മുക്കുട്ടീയെ സമാധാനിപ്പിച്ചു. അവൾ അപ്പോഴും കരച്ചിലിൽ തന്നെയായിരുന്നു.

"ഇത്ര കരയാൻ മാത്രം ഒന്നുമില്ല."

കരച്ചിലടങ്ങാത്ത അമ്മുക്കുട്ടിയെ സമാധാനിപ്പിക്കാനെന്നോണം സകരിയ പറഞ്ഞു, "നമ്മക്ക് അമ്മേ ശരിയാക്കാം ഇന്ന്."

അയാൾ അമ്മുക്കുട്ടീനെ കാണിക്കാൻ അർച്ചനയെ തല്ലാൻ കൈ ഓങ്ങി. അവൾ ദേഷ്യത്തിൽ അയാളുടെ കൈ തട്ടിമാറ്റിക്കൊണ്ട് പറഞ്ഞു, "കളിക്കല്ലേ സകരിയാ..."

അവൾ ദേഷ്യത്തിൽ അടുക്കളയിലേക്ക് പോയി. അവളുടെ പോക്ക് അയാൾ പിന്നിൽ നിന്നും നോക്കി നിന്നു. അവളുടെ പെരുമാറ്റ വൈകൃതം, അവളിലുള്ള പ്രയാസം അയാൾക്ക് മനസ്സിലായി. അയാൾ ഒന്നും പറയാതെ അമ്മുക്കുട്ടിയെ തോളിൽ എടുത്ത് സമാധാനിപ്പിച്ചു. അവൾ അടുക്കളയിൽ ആ ദേഷ്യത്തിൽ നിന്നുകൊണ്ടു

തന്നെ രാത്രിക്കുള്ള ഭക്ഷണം തയ്യാറാക്കിക്കൊണ്ടിരുന്നു. അവളുടെ അരയിലൂടെ അയാളുടെ കൈകൾ അവളെ പുണർന്നു.

"എന്താടാ പ്രശ്നം?"

അവൾ ആ ജോലിയിൽ തുടർന്നുകൊണ്ടുതന്നെ പറഞ്ഞു, "ഒന്നുമില്ല."

"ഏയ്, അങ്ങനെ പറയല്ലേ. എനിക്കറിയില്ല."

"എന്ത്?"

അവൾ തിരിഞ്ഞ് അവന്റെ മുഖാമുഖം നിന്നു. അയാൾ അവളുടെ കണ്ണുകളിലേക്ക് നോക്കിയതും അവളുടെ കണ്ണുകൾ നിറഞ്ഞ് ഒഴുകി. കണ്ണുനീർ തുടച്ചുകൊണ്ട് സകരിയ പറഞ്ഞു.

"അപ്പനേം അമ്മനേം വല്ലാതെ തനിക്ക് മിസ്സ് ചെയ്യണിണ്ടല്ലേ?"

"ഒന്ന് കാണാനെങ്കിലും പറ്റിയിരുന്നെങ്കിൽ... എന്തു വേണമെങ്കിലും പറഞ്ഞോട്ടെ, എന്തെങ്കിലും എന്നോട് സംസാരിക്കാമല്ലോ."

അവളെ നെഞ്ചിലേക്ക് ചേർത്ത് പിടിച്ചുകൊണ്ട് സകരിയ പറഞ്ഞു. "വാപ്പാനോട് എന്തായാലും പോയി കാണാൻ ഞാൻ പറഞ്ഞിട്ടിണ്ട്. നമക്ക് ശരിയാക്കാം താൻ വിഷമിക്കാണ്ടിരിക്ക്."

അയാളുടെ നെഞ്ചിൽ അവൾ സമാധാനത്തോടെ നിന്നതും അമ്മുക്കുട്ടി അവിടേക്ക് വന്നു.

അമ്മുക്കുട്ടിയെ കണ്ടതും സകരിയ അവളെ എടുത്തുകൊണ്ട് ചോദിച്ചു. "എന്നാലും നീ എന്റെ മോളെ തല്ലീലേ?"

അവൾ അമ്മുക്കുട്ടിക്ക് നേരെ കൈനീട്ടി.

"വാ, ഇനി അമ്മ തല്ലില്ലട്ടാ."

അമ്മുക്കുട്ടിക്ക് ഒരുമ്മ കൊടുത്ത് അവളെ എടുത്ത് അൽപ്പം നാണത്തോടെ അർച്ചന പുഞ്ചിരിച്ചുകൊണ്ട് പറഞ്ഞു. "പിന്നെ ഒരു കാര്യം ഇണ്ട്."

"എന്ത് കാര്യം?"

"ഒറപ്പില്ല. എന്നാലും പറയാം."

"താൻ പറയ്."

അവളുടെ മുഖത്തെ വിഷമമെല്ലാം മാറി. ഒന്നു പുഞ്ചിരിച്ചുകൊണ്ട് പറഞ്ഞു. "ഒറപ്പില്ല, ചിലപ്പൊ അമ്മുക്കുട്ടിക്ക് ഇനി ഒറ്റയ്ക്കിരുന്ന് കളിക്കേണ്ടി വരില്ല."

സകരിയയുടെ മുഖം സന്തോഷം കൊണ്ട് നിറഞ്ഞു. ഒരു പൂ വിരിഞ്ഞ പോലെ, അയാളുടെ കണ്ണുകൾ വിടർന്നു. അയാൾ പെട്ടെന്ന് അവളുടെ നെറ്റിയിൽ ചുംബിച്ചു.

അമ്മുക്കുട്ടിയോട് പറഞ്ഞു. "അമ്മയ്ക്ക് ഉമ്മം കൊടുക്ക്."

അമ്മുക്കുട്ടി അവളെ കെട്ടിപ്പിടിച്ച് ഉമ്മവെച്ചു. അയാളുടെ സന്തോഷം കണ്ട് കൊണ്ടുതന്നെ അവൾ പറഞ്ഞു. "ഇത്ര സന്തോഷിക്കാനായിട്ടില്ല, ഒറപ്പാണോന്നറിയില്ല."

സകരിയ അവളുടെ കവിളിൽ നുള്ളിക്കൊണ്ട് പറഞ്ഞു. "അതൊക്കെ ഉറപ്പായിരിക്കും. ഞാനും ശ്രദ്ധിക്കണിണ്ട്, രണ്ട് ദിവസായിട്ട് ഒരു ക്ഷീണവും, ദേഷ്യം ഒക്കെ."

"ഓഹോ?"

"മ് മ് ഏതായാലും നമക്ക് നാളെ ക്ലിനിക്കിൽ ഒന്ന് പോയി ഡോക്ടറെ കണ്ട് ഉറപ്പാക്കാ. പോരേ?" അർച്ചന പുഞ്ചിരിച്ചുകൊണ്ട് സമ്മതിച്ചു.

പിറ്റേദിവസം രാവിലെ തന്നെ അർച്ചനയും സകരിയയും അമ്മുക്കുട്ടിയും ക്ലിനിക്കിൽ എത്തി. രാവിലെ ഡ്യൂട്ടിയിൽ തിരക്കിലാണ്. റിസപ്ഷനും മറ്റ് ഡിപ്പാർട്ട്മെന്റും അവർ ക്ലിനിക്കിൽ എത്തിയതും അവിടെയുള്ള ലേഡി ഗൈനക്കോളജിക്ക് അപ്പോയിന്റ്മെന്റ് എടുത്തു. വരിവരിയായി ഇട്ടിരിക്കുന്ന ക്ലിനിക്കിലെ കസേരകളിൽ ആളുകൾ ഇരിക്കുന്നുണ്ട്. പല രാജ്യങ്ങളിൽ നിന്നുള്ള ആളുകൾ. റിസപ്ഷനിൽ നിന്ന് ട്രെയിനികളായ സഫറും ഫൈസലും അർച്ചനയുടെ പേരും ഇൻഷുറൻസ് കാർഡും എമിഗ്രേറ്റ് ഐഡിയും വാങ്ങി ഡോക്ടർ മാലിനിക്ക് അപ്പോയിന്റ്മെന്റ് കൊടുത്തു. അവരോട് ഗൈനക് ഡിപ്പാർട്ട്മെന്റിന്റെ വെയ്റ്റിംഗ് ഏരിയയിലേക്ക് ഇരിക്കാനായി പറഞ്ഞുവിട്ടു.

നേഴ്സുമാർ പേഷ്യന്റിനെ വിളിക്കുന്നതും ക്ലിനിക്കിൽ ടോക്കൺ നമ്പർ വിളിക്കുന്ന ശബ്ദവും ആളുകൾ വരുന്നതും പോകുന്നതുമെല്ലാം ശ്രദ്ധിച്ച് അമ്മുക്കുട്ടി ഇരുന്നു. അവിടത്തെ ചുമരിൽ വച്ചിട്ടുള്ള ടി.വി.യിൽ ന്യൂസ് ചാനലിൽ ഇംഗ്ലീഷിൽ ചൈനയിൽ വുഹാനിൽനിന്ന് പുറപ്പെട്ട മാരകവൈറസായ കൊറോണയെപ്പറ്റിയുള്ള ന്യൂസ് കാണിക്കുന്നുണ്ടായിരുന്നു. അവർ അത് നോക്കിയിരിക്കുമ്പോൾതന്നെ മറിയ അവരുടെ പേര് വിളിച്ചു.

"അർച്ചനാ..."

അവൾ എണീറ്റ് നേഴ്സിംഗ് റൂമിലേക്ക് കയറി. അവിടെ മറിയയും ഗിരിജമ്മയുമാണ് പതിവുപോലെ ഉള്ളത്. ഡോക്ടറെ കാണുന്നതിന് മുൻപായിട്ടുള്ള ബി.പി. ചെക്കിങ്ങും വെയ്റ്റ് നോക്കൽ മുതലായ കാര്യങ്ങളെല്ലാം ചെയ്ത് മറിയ, അർച്ചനയെ ഡോക്ടറുടെ അടുത്തേക്ക് വിട്ടു. ഡോക്ടറുടെ പരിശോധനയ്ക്കുശേഷം ഡോക്ടർ

രണ്ടുപേരോടും കൺഗ്രാറ്റ്സ് പറഞ്ഞു. അവരുടേയും മുഖം പുഞ്ചിരിയാൽ വിരിഞ്ഞു.

ഡോക്ടർ ചോദിച്ചു. "നാട്ടിലെവിടെയാ?"

"പാലക്കാട്." സകരിയ പറഞ്ഞു.

"ഓ, ഞാൻ കോട്ടയം." ഡോക്ടർ പറഞ്ഞു. "നിങ്ങൾ ഇന്റർ കാസ്റ്റ് മാര്യേജ് ആണ്ലേ?"

രണ്ടുപേരും പുഞ്ചിരിയോടെ പറഞ്ഞു. "അതെ ഡോക്ടർ."

"ഈ പേര് കണ്ടപ്പോൾ ഒരു കൗതുകം. അതുകൊണ്ടാ ചോദിച്ചത്? അർച്ചന-സകരിയ, നല്ല പേര്."

"മോളെ പേരെന്താ?" ഡോക്ടർ മോളോട് ചോദിച്ചു.

ഡോക്ടറുടെ ചോദ്യത്തിന് സകരിയ മോളോട് പറഞ്ഞു. "ഡോക്ടർക്ക് പേര് പറഞ്ഞ് കൊടുക്ക്. ഡോക്ടർ ആന്റി ചോദിക്കുന്നത് കേട്ടില്ലേ?"

അവൾ അതിനൊന്നും ഉത്തരം പറയാതായപ്പോൾ സകരിയ തന്നെ പേര് പറഞ്ഞു കൊടുത്തു. "അമ്മു."

"ആഹാ നല്ല പേരാണല്ലോ, അമ്മുക്കുട്ടി ഇനി അമ്മയെ നോക്കണം. അമ്മുക്കുട്ടിക്ക് ഉണ്ണി വരാൻ പോകുവാ. നോക്കൂലേ?'

ഡോക്ടർ അമ്മുവിന്റെ തലയിൽ തലോടി ചോദിച്ചു. അമ്മുക്കുട്ടി തലയാട്ടി.

"മിടുക്കി."

ഡോക്ടർ അർച്ചനയോടും സകരിയയോടുമായി പറഞ്ഞു. "യാത്രകൾ ഒഴിവാക്കണം. ഫുഡ് നന്നായി കഴിക്കണം."

സകരിയ ഡോക്ടറോട് ചോദിച്ചു. "ഡോക്ടർ, ചൈനയിൽ എന്തോ വൈറസ് പനി പകരുന്നണ്ടെന്ന് ന്യൂസിൽ കാണിക്കുന്നുണ്ടായിരുന്നല്ലോ?"

"അതെ, ഞങ്ങൾ ഒരു വെക്കേഷൻ കഴിഞ്ഞ് ക്ലിനിക്കിൽ വന്നിട്ട് അധികം ആയിട്ടില്ല. ഞങ്ങൾ പോയ സ്ഥലങ്ങളിലൊക്കെ ആളുകൾ മരിച്ചുവീഴുന്നതൊക്കെ കാണുന്നുണ്ട്."

ഡോക്ടർ നെടുവീർപ്പ് ഇട്ടുകൊണ്ട് പറഞ്ഞു. "കോവിഡ് പാൻഡമിക് എന്ന ഒരു തരം പനി. ഇവടെ കൊഴപ്പം ഒന്നൂല്ല. എന്നാലും പുറത്തൊന്നും അധികം പോകണ്ട. ഓകെ?"

"ശരി ഡോക്ടർ."

അവർ നന്ദി പറഞ്ഞ് ക്ലിനിക്കിൽനിന്നും ഇറങ്ങി.

* * *

കഠിനമായ തലവേദനമൂലം അർച്ചന കിടപ്പിലായിരിക്കുന്നു. അവരുടെ കിടപ്പുമുറിയിൽ അവൾ തല പൊത്തിപ്പിടിച്ച് പനിച്ചു വിറച്ചാണ് കിടക്കുന്നത്. അവൾ പെയിൻകില്ലറിന്റെ സ്ട്രിപ്പിലെ അവസാന ഗുളികയും കഴിച്ച് തീർത്തു. അമ്മുക്കുട്ടി ഹാളിൽ ചെറിയ ബഡ് ഇട്ട് കിടക്കുന്നുണ്ട്.

സകരിയയും ചുമച്ചുകൊണ്ടാണ് കിടക്കുന്നത്. അകലം പാലിച്ച് സകരിയ സോഫയിൽ കിടന്നു. പക്ഷേ അയാളുടെ ചുമയുടെ ശബ്ദം ആ വാതിലിനും പുറത്തേക്ക് കേട്ട് തുടങ്ങി. ആ ഫ്ളോറിലെ വരാന്തയിൽ അയാളുടെ ചുമ മുഴങ്ങിക്കൊണ്ടിരുന്നു. അമ്മുക്കുട്ടി എണീക്കാതിരിക്കാൻ വാതിലിന്റെ മറവിൽ നിന്ന് ചുമച്ചത് ഇതിനു കാരണമായി. അയാളുടെ ആ ചുമ കേട്ട് തൊട്ടടുത്ത ഫ്ളാറ്റിലുള്ളവർ ആംബുലൻസ് വിളിക്കാൻ നിർബന്ധിതരായി.

അതീവസുരക്ഷയോടെ അർച്ചനയെയും സകരിയയെയും ആംബുലൻസിലേക്ക് കയറ്റുന്നതിന് മുൻപ് അമ്മുക്കുട്ടി കരച്ചിൽ തുടങ്ങിയിരുന്നു. അവൾ ഇതെല്ലാം കണ്ട് ഭയന്നിരിക്കുന്നു. രണ്ട് പേരെയും ആംബുലൻസിലേക്ക് കയറ്റുന്നതിന് മുൻപ് അർച്ചന നിലവിട്ട് കരഞ്ഞു. ഒരു ആരോഗ്യപ്രവർത്തകയുടെ കൈയിൽ അമ്മുക്കുട്ടിയും കരയുകയായിരുന്നു.

അമ്മുക്കുട്ടിയെ തൊടാൻ പോലും അർച്ചനയെയും സകരിയയെയും അവർ സമ്മതിച്ചില്ല. എന്റെ മോളേ... എന്ന് നിലവിളിച്ചുകൊണ്ട് അർച്ചന ആംബുലൻസിൽ കയറി. അവളെ സമാധാനിപ്പിക്കാൻ ആരോഗ്യപ്രവർത്തകർ പറഞ്ഞുകൊണ്ടേയിരുന്നു.

Don’t worry Madam, We will take care. Don’t worry mam we all take care.

She is Ok

She is Ok

പക്ഷേ അതൊന്നും അവൾ ശ്രദ്ധിക്കുന്നുണ്ടായിരുന്നില്ല. ആംബുലൻസിന് പുറത്ത് ആരുടെയോ കൈയിൽ ഇരുന്ന് കരയുന്ന അമ്മുവിനെ നോക്കി കരഞ്ഞുകൊണ്ട് മോളേ എന്ന് വിളിക്കലും ഡോർ അടഞ്ഞു. ആംബുലൻസ് പോകുന്നത് നോക്കി കരഞ്ഞുകൊണ്ട് അമ്മുവും അവളുടെ കണ്ണുകളിൽനിന്നും കണ്ണുനീർ വീഴുന്നതും മുഖത്തേക്ക് ആംബുലൻസിന്റെ വെളിച്ചം അടിക്കുന്നതും വ്യക്തമായിരുന്നു. ആ ഇരുട്ടിൽ അവളുടെ കുഞ്ഞു കണ്ണുകൾ തിളങ്ങിയിരുന്നു.

കൊറോണയുടെ പിടിയിലായി സകരിയയും. തല പിളരുന്ന പോലെയുള്ള വേദന. ശക്തമായ വേദന. രണ്ട് കയ്യുംകൊണ്ട് തല

ഞെക്കിപ്പിടിച്ച് ശമിപ്പിക്കാൻ നോക്കുകയാണ് അവൻ. അവന്റെ വേദന ശബ്ദമായി പുറത്തേക്ക് വന്ന് തുടങ്ങിയിരിക്കുന്നു. ഇതൊന്നും അർച്ചന അറിയുന്നില്ല. അവളുടെ ശ്വാസത്തിന് ബുദ്ധിമുട്ട് അനുഭവപ്പെട്ടു തുടങ്ങി. കണ്ണുകൾ ചുമന്ന് കൺതടങ്ങൾ കരിവാളിച്ചിരിക്കുന്നു.

കാഴ്ചയിൽതന്നെ ഗുരുതരമായ അവസ്ഥയിലാണ് എന്ന് മനസ്സിലാവും. അവൾ കിടന്നിരുന്ന കട്ടിലിനടുത്ത് വെച്ചിട്ടുള്ള മേശയിൽ അവളുടെ ഫോൺ റിങ് ചെയ്യുന്നതായി അവൾ ശ്രദ്ധിച്ചു. അവിടെ ഉണ്ടായിരുന്ന ഒരു നഴ്സ് അതെടുത്ത് വീഡിയോ ആക്കി. അവളുടെ മുഖത്തിന് നേരെ വച്ചുകൊടുത്തു. അപ്പുറത്ത് ഉണ്ടായിരുന്ന ആളെയും ആളുടെ ശബ്ദവും കേട്ട് അവൾ പെട്ടെന്ന് കരഞ്ഞു.

"അമ്മൂ..."

അത് അപ്പയായിരുന്നു. അവൾ ഒന്നും പറഞ്ഞില്ല. കരഞ്ഞതല്ലാതെ.

അമ്മ വീണ്ടും വിളിച്ചു. "അമ്മൂ, മോളേ..."

ആ സ്ക്രീനിലേക്ക് അമ്മയും വന്നിരിക്കുന്നു. അമ്മ ഒന്നും പറയാതെ കരച്ചിൽ തുടങ്ങി. അമ്മുവും അമ്മയുടെ കരച്ചിലിനൊപ്പം കരഞ്ഞു. പക്ഷേ അവളുടെ ആ അവസ്ഥയിൽ കരയാൻവരെ അവൾ ബുദ്ധിമുട്ടി. അവളുടെ ആ കരച്ചിലിന് മുൻപിൽ അവൾക്ക് ധൈര്യം പകരാനെന്നോണം അമ്മ കരച്ചിൽ നിർത്തി.

"അമ്മൂ, കണ്ണാ..."

ബുദ്ധിമുട്ടിയാണെങ്കിലും കരച്ചിൽ അടക്കി അവൾ ചോദിച്ചു. "പൊൻകുട്ടിക്ക് കോപാ?"

അത് ചോദിച്ചപ്പോൾ അമ്മയെയും അപ്പയെയും സ്ക്രീനിൽ തെളിഞ്ഞ് കാണാമായിരുന്നു. വിതുമ്പിക്കൊണ്ട് അവർ രണ്ടുപേരും മറുപടി കൊടുത്തു. "ഇല്ലടാ കണ്ണാ,"

അവൾ സംസാരിക്കാൻ ശ്രമിക്കുന്നുണ്ടെങ്കിലും ശ്വാസതടസ്സം അനുഭവപ്പെട്ടത് അതിന് തടസ്സമായി. ഇത് കണ്ടതും അമ്മ കരച്ചിൽ തുടങ്ങി. അപ്പയും കരച്ചിലടക്കാനാകാതെ വിതുമ്പിക്കൊണ്ട് പറഞ്ഞു.

"അമ്മൂ, മോളേ ഒന്നും ആകൂല."

അപ്പോഴേക്കും ആരോഗ്യപ്രവർത്തക ഫോൺ വാങ്ങി കട്ട് ചെയ്തു.

അമ്മയും അപ്പയും ആ കോളിനുശേഷം ഒരുപാട് കരഞ്ഞു. അമ്മ അപ്പയുടെ തോളിൽ ചാരിയിരുന്ന് കരഞ്ഞുകൊണ്ട് ചോദിച്ചു. "അവള് ശീഘ്രം വന്തിടുവാല്ലേ അപ്പ?"

അമ്മയുടെ തലയിൽ പതിയെ തലോടിക്കൊണ്ട് പറഞ്ഞു. “വരും.”

അപ്പയുടെ കണ്ണുകൾ അത് പറഞ്ഞതും നിറഞ്ഞൊഴുകി.

* * *

സകരിയയുടെ വീടിന്റെ അടുത്തുള്ള പള്ളിയിൽ അസ്ഹർ ബാങ്ക് കൊടുക്കുന്നുണ്ട് നിസ്കാരം കഴിഞ്ഞ് പള്ളിമുറ്റത്തുനിന്ന് ഉപ്പ വീട്ടിലേക്ക് നടന്നു.

ആ നടത്തത്തിൽ അദ്ദേഹത്തിന്റെ പുറകിൽ നിന്നൊരു വിളി.

“സകരിയയുടെ വാപ്പ അല്ലേ?”

സകരിയയുടെ വാപ്പ തിരിഞ്ഞ് നോക്കി. റോഡിനോട് ചേർന്ന് നിർത്തിയിട്ടിട്ടുള്ള ഒരു കാർ. അതിന് സൈഡിൽ നിന്നുകൊണ്ടാണ് ആ വിളി. അത് അമ്മുവിന്റെ അപ്പയാണ്. അതേ എന്ന് പറഞ്ഞ് തിരിഞ്ഞ് നോക്കി. ആ കാറിന്റെ ഫ്രണ്ട് സീറ്റിൽ അമ്മ ഇരിക്കുന്നത് വാപ്പ ശ്രദ്ധിച്ചു. എന്തെങ്കിലും പറയുന്നതിന് മുൻപുതന്നെ അപ്പ പറഞ്ഞു.

“എനിക്കറിയാം, മോന്റെ വാപ്പയാണെന്ന്. എങ്ങനാ വിളിക്കേണ്ടതെന്ന് ഒരു സംശയമായി, അതാ.”

വാപ്പ പുഞ്ചിരിച്ചുകൊണ്ട് പറഞ്ഞു. “അതിനെന്താ?”

ഒരു ചെറിയ സംശയംപോലെ വാപ്പ ചോദിച്ചു. “എന്നെ കാണാൻ വന്നതാന്നോ?”

“അതേ, ഞങ്ങൾ കാണാൻതന്നെ വന്നതാ. പള്ളിയിലേക്ക് പോണത് കണ്ടിരുന്നു. മടങ്ങി വരട്ടെന്ന് കരുതി.” അപ്പ പറഞ്ഞു.

വാപ്പയ്ക്ക് വളരെ സന്തോഷമായി. അദ്ദേഹം അപ്പയെയും അമ്മയെയും തൊട്ടടുത്ത് തന്നെയുള്ള വീട്ടിലേക്ക് ക്ഷണിച്ചു. മൂവരും വീടിന്റെ ഉമ്മറത്ത് എത്തിയപ്പോൾതന്നെ പിതാവ് വിളിച്ചു.

“സൈനബാ...” ആ വിളിയോടുകൂടിത്തന്നെ അവർ എറയത്തേക്ക് കയറി.

വാപ്പ അപ്പയോടും അമ്മയോടും പറഞ്ഞു. “സകരിയയുടെ ഉമ്മയാണ്.”

അവർ അകത്തേക്ക് ഇരുന്നു. അപ്പോഴേക്കും ഉമ്മയും അവിടേക്ക് വന്നു.

വാപ്പ ഉമ്മയോട് പറഞ്ഞു. “തനിക്ക് ആരാന്ന് മനസ്സിലായോ?”

ഉമ്മ അപ്പയേയും അമ്മയേയും നോക്കി ഉമ്മ ഒന്നും പറഞ്ഞില്ല.

കണ്ണുകൾ നിറഞ്ഞു. അപ്പോഴേക്കും വാപ്പ പറഞ്ഞു, "താൻ കുടിക്കാൻ എന്തെങ്കിലും എടുക്ക്."

ഉമ്മ അവിടെ നിന്നും പോയതിനുശേഷം വാപ്പ വിശേഷങ്ങൾ പറഞ്ഞു തുടങ്ങി. അപ്പയും അമ്മയും ഒന്നും പറഞ്ഞില്ല. അപ്പയെ നോക്കിക്കൊണ്ട് പറഞ്ഞു. "ഞാൻ ഒന്നുരണ്ടു പ്രാവശ്യം കാണാൻ ശ്രമിച്ചിരുന്നു."

അപ്പ മൂളി.

"ആരെങ്കിലൊക്കെ ഉണ്ടാകും കൂടെ."

"ആ രണ്ട് പാവങ്ങൾ പരസ്പരം സ്നേഹിച്ചപ്പൊ, ജാതീം മതോം ഒന്നും നോക്കീലാ. എന്ത് ചെയ്യാം പറ്റും നമുക്ക്? എല്ലാം തീരുമാനിക്കുന്നത് പടച്ചോനല്ലേ?"

അപ്പോഴേക്കും ഉമ്മ വെള്ളവുമായി വന്നു. അവരുടെ എല്ലാവരുടെയും കണ്ണുകളിൽ സങ്കടം തളം കെട്ടി നിന്നിരുന്നു. ഉമ്മ അമ്മയ്ക്ക് വെള്ളം കൊടുത്തു. അമ്മ അത് ഒരിറക്ക് കുടിച്ചപ്പോഴേക്കും ഉമ്മ സങ്കടത്തോടെ പറഞ്ഞ് തുടങ്ങി.

"മോള് എപ്പളും പറയും അമ്മനെം അപ്പനെംപറ്റി."

പരസ്പരം വികാരങ്ങൾ അവർക്ക് ഒതുക്കാൻ കഴിഞ്ഞില്ല.

"എന്റെ മോനോട് ദേഷ്യാവൂലേ? അവൻ തീവ്രവാദി ഒന്നും ആയിരുന്നില്ല, എല്ലാരും പറയണപോലെ മതം മാറ്റാനും യുദ്ധം ചെയ്യാനും ഒന്നും അല്ല അവൻ മോളെ സ്നേഹിച്ചത്."

ഇരുവരും പരസ്പരം കൈകൾ ചേർത്തുപിടിച്ച് കരഞ്ഞ് തുടങ്ങി. കരഞ്ഞുകൊണ്ടുതന്നെ അമ്മ പറഞ്ഞു.

"രണ്ടുപേരും എന്നെങ്കിലും വരുമെന്ന് കരുതി കാത്തിരിക്കായിരുന്നു. നമ്മടെ മക്കള്തന്നെ അല്ലേ?"

അപ്പോഴേക്കും അർച്ചനയും സകരിയയും അകത്തു നിന്നെത്തി. അമ്മയേയും അപ്പയേയും കണ്ട് മറ്റൊരു ജന്മത്തിൽനിന്ന് ഊർന്ന് വരുംപോലെ അർച്ചന അമ്മയേയും അപ്പയേയും പൂണ്ടടക്കം പിടിച്ച് കരഞ്ഞു.

കൊറോണ മഹാമാരിയിൽനിന്നും രക്ഷപ്പെട്ട സകരിയയെ അപ്പ നെഞ്ചോട് ചേർത്തുപിടിച്ചു.

അവർ അവരുടെ വിഷമം കരഞ്ഞുതന്നെ തീർത്തു. അവിടെ ഇരുന്നിരുന്ന അപ്പയും സകരിയയുടെ വാപ്പയും കരയുന്നുണ്ടായിരുന്നു. ഉമ്മ പെട്ടെന്ന് കരച്ചിൽ നിർത്തിക്കൊണ്ട് ചോദിച്ചു.

"മോളെ കാണണ്ടേ?"

ആ ചോദ്യം അമ്മയെയും അപ്പയെയും മറ്റൊരു ഭാവത്തിലേക്ക് കൊണ്ടുപോയി. ആകാംക്ഷയോടെ അവർ ആ എന്ന് പറഞ്ഞു.

വാപ്പ ഉമ്മയോട് ചോദിച്ചു. "വരയ്ക്കാന്നോ?"

"ആ..."

ഉമ്മ അമ്മയോട് സങ്കടത്തോടെ പുഞ്ചിരിച്ചുകൊണ്ട് പറഞ്ഞു. "എപ്പളും വരയ്ക്കലാണ്, വാ."

അപ്പയും അമ്മയും മറ്റൊരു ലോകത്തേക്കെന്നപോലെ ആകാംക്ഷയിൽ ഉമ്മയെ അനുഗമിച്ചു. അവർ റൂമിലേക്ക് ചെന്നപ്പോൾ അമ്മുക്കുട്ടി പതിവുപോലെ ബെഡ്ഡിൽ അവളുടെ ഡ്രോയിംഗിൽ മുഴുകി ഇരിക്കുകയാണ്.

വാപ്പ വിളിച്ചു. "മോളേ..."

സുന്ദരിയായി ഒരു ഷിമ്മിയുമിട്ട് അമ്മുക്കുട്ടി വാപ്പാനെ കണ്ടതും അവൾ പറഞ്ഞു. "വാപ്പാ ഇത് നോക്കിയേ..."

"വാപ്പാടെ മോള് വരച്ച് കഴിഞ്ഞാ?"

"ആ..."

വാപ്പ അവളെ എടുത്തുകൊണ്ട് ചോദിച്ചു. "വാപ്പാടെ മോളെ കാണാൻ ആരാ വന്നേക്കണതെന്ന് നോക്കിയേ."

വാതിലിന് മറവിൽ നിന്ന് അപ്പയും അമ്മയും സങ്കടക്കണ്ണീരോടെ അവളെ അടുത്തേക്ക് ചെന്നു. അപ്പയും അമ്മെയും അവളെ മുടി മുതൽ കുഞ്ഞിവിരലുകളും കാലുകളും എല്ലാം നോക്കി.

"അപ്പനേം അമ്മനെ അറിയോ?"

എല്ലാവരെയും കണ്ടതോടെ അവൾ ഒന്നും മിണ്ടാതെയായി

"അപ്പനോടും അമ്മനോടും പേര് പറാ." അപ്പ പറഞ്ഞു

ഉപ്പ പറഞ്ഞു. "ഇതാരാണെന്നറിയോ, മോളെ അപ്പയും അമ്മയും ആണ്. പേര് പറ."

ഉപ്പ പറഞ്ഞതും അവൾ പതിയെ ശബ്ദം താഴ്ത്തി പേര് പറഞ്ഞു. "അമ്മു."

അമ്മു... അവർ അവിടെ നിന്ന് കരഞ്ഞു. അവർ കൈനീട്ടി അവളെ നോക്കി. പരിചയക്കുറവ് മൂലം മടിച്ച് നിന്ന അവളെ അവർക്ക് കൊടുക്കാൻ തുനിഞ്ഞു. "അമ്മൂ, അമ്മൂന്റെ അപ്പപ്പയും അമ്മമ്മയും ആണ്. ചെല്ല്."

കരഞ്ഞുകൊണ്ട് അവർ അമ്മുവിനെ എടുത്ത് ഒരുപാട് മുത്തം കൊടുത്തു. വികാരനിർഭരമായ ആ നിമിഷം. എല്ലാവരുടെയും മനസ്സും നിറയുകയായിരുന്നു.

അമ്മുക്കുട്ടിയെ കൈയിൽ എടുത്തുകൊണ്ട് അമ്മ ചോദിച്ചു.

"ഞങ്ങൾ ഇവരെ കൊണ്ടെ്ടായ്ക്കോട്ടെ?"

"ഒരുപാട് കാത്തിരുന്നു. ഞങ്ങളുടെ മോൾക്ക് വേണ്ടി."

ഒന്നും പറയാതെ ഉമ്മ, അമ്മുക്കുട്ടിയുടെ കൈകളിൽ തൊട്ടു. കുഞ്ഞിനെ തിരികെ വാങ്ങാനാണെന്ന് കരുതി അമ്മയുടെയും അപ്പയുടെയും മുഖത്ത് ചെറിയൊരു മാറ്റം വന്നു.

ഉമ്മ കരഞ്ഞുകൊണ്ട് അവളുടെ വിരലുകളിൽ മുത്തം കൊടുത്തു. ആ വിരലുകൾ അമ്മയുടെ വിരലുകളിലേക്ക് ചേർത്ത് വച്ച് കൊടുത്തു. നഷ്ടപ്പെട്ട മകളെയാണ് അപ്പയ്ക്കും അമ്മയ്ക്കും തിരിച്ച് കിട്ടിയത്. അവർ സന്തോഷത്തോടെ മതാതീതമായി ചിന്തിക്കുന്ന ഒരു കുടുംബമായി മാറുകയായിരുന്നു.

പ്രണയത്തിന്റെ വിരൽസ്പർശങ്ങൾ

മറിയയ്ക്ക് ഗൾഫ് ജീവിതം ഇഷ്ടമായി. അവിടത്തെ ചരിത്രം അറിയാനും അവൾക്ക് താത്പര്യമായിരുന്നു.

ഇറാന്റെയും അറേബ്യൻ മുനമ്പിന്റെയും ഇടയിലുള്ള കടലിടുക്കിനാണ് പേർഷ്യൻ ഗൾഫ് എന്നു പറയുന്നത്. ഗൾഫ് എന്നു പറഞ്ഞാൽ കടലിടുക്ക് എന്നാണ് അർത്ഥം. ഇതിന്റെ തീരത്തുള്ള അറബ് നാടുകളുമായി പൗരാണിക കാലം മുതൽ തന്നെ ഇന്ത്യക്കാർക്ക് സുദൃഢമായ ബന്ധമാണുള്ളത്. ഗണിതശാസ്ത്രത്തിലെ പ്രാചീന ഭാരതീയ കണ്ടുപിടിത്തങ്ങൾ പുറംലോകത്തെത്തിയത് അറബികളിലൂടെയാണ്. ഇന്ത്യയുമായുള്ള ബന്ധമാണ് മറിയയെ ഏറെ ആകർഷിച്ചത്.

അറേബ്യൻ നാട്ടിലെ ജീവിതം സുഖകരമായിരുന്നു മറിയയ്ക്ക്. രാവിലെ ഡ്യൂട്ടിക്ക് പോകുന്നതിനുമുമ്പ് വീട്ടിലേക്ക് വിളിക്കുക അവൾ പതിവാക്കിയിരുന്നു. അന്നു രാത്രി ഫോൺ റിംഗ് ചെയ്യുന്ന ശബ്ദം കേട്ടാണ് മറിയ ഉണർന്നത്.

ഒന്ന് രണ്ടു പ്രാവശ്യം അതിന്റെ വൈബ്രേഷനും ലൈറ്റും ചലിച്ചതോടെ മാറിയ പുതപ്പിനുള്ളിൽനിന്ന് അവൾ എണീറ്റു. ഫോണിലേക്കു നോക്കി, എട്ട് മണി. റൂമിലെ മറ്റുള്ളവരെല്ലാം എവിടെപ്പോയി? അവൾ ആലോചിച്ചു. എല്ലാവരും എണീറ്റ് പോയതിന്റെ ലക്ഷണമുണ്ട്. അലസമായി കിടക്കുന്ന തലയിണകളും ബെഡ്ഷീറ്റുകളും മാത്രം. ചെറിയ ടേബിളിൽ പൊട്ടിച്ച പാഡ് കവർ നോക്കി നെറ്റിചുളിച്ചുകൊണ്ട് മറിയ കിടന്നിരുന്ന ബെഡ്ഷീറ്റ് വൃത്തിയായി മടക്കിവെച്ചു.

ബെഡ്ഡിനു താഴെ നിന്ന് ബ്രഷും പേസ്റ്റും സോപ്പും അടങ്ങിയ ബോക്സും അലമാരയിൽ നിന്ന് ഡ്രസ്സും എടുത്ത് ബാത്റൂമിലേക്കു

നടന്നു. കുളിയും മറ്റു പ്രാഥമിക കാര്യങ്ങളും എല്ലാം കഴിഞ്ഞ് ബെഡ്ഡിൽ വന്നിരുന്നു.

അവൾ ഫോൺ എടുത്ത് ബോട്ടിമിൽ അമ്മച്ചി എന്ന നമ്പറിലേക്കു വീഡിയോ കാൾ ചെയ്തു. രണ്ടുമൂന്നു പ്രാവശ്യം റിങ് ചെയ്തതിനുശേഷം സഹോദരി അന്നയാണ് എടുത്തത്.

മറിയ വളരെ പ്രസന്നയായി ഗുഡ് മോർണിംഗ് പറഞ്ഞു. അന്നയും ഗുഡ് മോർണിംഗ് ചേച്ചി എന്ന് പറഞ്ഞു. അത് കേട്ട് മറിയ സന്തോഷത്തോടെ ചോദിച്ചു.

“എന്ന ഉണ്ടെടി കൊച്ചേ?”

“ഓ... നല്ലതാ.”

“ആന്നോ, അമ്മച്ചി എണീച്ചാർന്നോ കൊച്ചേ?” മറിയ അല്പം കുസൃതിയോടെ ചോദിച്ചു.

“ആ എനീച്ചേച്ച്. ചേച്ചി വിളിച്ചായിരുന്നോന്നു ചോദിച്ചു. പിന്നേം കിടന്നന്നേ...”

“മറിയച്ചേടത്തി വന്നായിരുന്നോ കൊച്ചേ?”

മറിയ വീട്ടിലെ വിശേഷങ്ങൾ ഒന്നൊന്നായി ചോദിക്കുകയായിരുന്നു.

“ഇല്ല, ഇപ്പൊ ഇങ്ങെത്തും.”

“ചേടത്തി വന്നിട്ട് കൊച്ച് എറങ്ങിയാ മതി.”

“ശരി.” അന്ന സമ്മതിച്ചു.

“അല്ല, കൊച്ചിന്റെ സർട്ടിഫിക്കറ്റ് കിട്ടിയാർന്നോ?”

അന്ന ഒന്ന് പുഞ്ചിരിച്ചുകൊണ്ട് കൗശലത്തോടെ മറുപടി പറഞ്ഞു. “ഇന്ന് കിട്ടുവായിരിക്കും.”

“പേപ്പർ കിട്ടിയാൽ കൊച്ച് എടുത്ത് വെക്കൂ. ഞാൻ വരുമ്പോ നോക്കിക്കോളാം.” മറിയ അന്നയോട് പറഞ്ഞു.

അന്ന ചിരിച്ചു. അവൾ മറിയയോട് ചോദിച്ചു.

“ചേച്ചി എപ്പളാ ഇറങ്ങുന്നത്?”

“രാത്രി, ഡ്യൂട്ടി കഴിഞ്ഞിട്ട്. എനിക്ക് ടൈം ആയി, കൊച്ച് ചേട്ടത്തി വന്നേച്ചും നീ പോയാമതി” എന്ന് ഒരിക്കൽകൂടി ഓർമ്മിപ്പിച്ചുകൊണ്ട് മറിയ ജോലിക്ക് പോകാനായി എണീറ്റു.

“ഞാൻ ലഞ്ചിന് വരുമ്പോ അമ്മച്ചിയെ വിളിക്കാം.”

മറിയ ഫോൺ കട്ട് ചെയ്തു. യൂണിഫോം ഇട്ട് 6-വേ ഫ്ളോറിലെ ഫ്ളാറ്റിൽ നിന്നും ഇറങ്ങി താഴെയുള്ള അവളുടെ ക്ലിനിക്കിലേക്കു

വന്നു. അവൾ ചെല്ലുമ്പോൾതന്നെ നല്ല തിരക്കുണ്ട് ക്ലിനിക്കിൽ. പല ഭാഷക്കാർ, ദേശക്കാർ, മുതിർന്നവർ, കുട്ടികൾ, പലരുടെയും ടോക്കൺ നമ്പർ വിളിക്കുന്നതും പേര് വിളിക്കുന്നതും കുട്ടികളുടെ കരച്ചിലും കൊണ്ട് ബഹളമയം. പഞ്ച് ചെയ്ത് അവൾ നേരെ ഡോ. റോയ് എന്ന ബോർഡ് വെച്ച റൂമിലേക്ക് കയറി. അവൾ ചെന്നതും ആ റൂമിനു പുറത്തിരിക്കുന്ന ആളുകളെ ഒരു ലിസ്റ്റ് നോക്കി പേര് വിളിച്ച് എല്ലാം രേഖപ്പെടുത്തി.

വളരെ വേഗത്തിൽ ജോലി തുടർന്നു. മരിയ മുറിയിലേക്ക് കയറുമ്പോൾ അവിടെ മറ്റൊരു നേഴ്സ് കൂടി ഉണ്ടായിരുന്നു. വളരെ ഉന്മേഷത്തിൽ പേഷ്യന്റിനെ നോക്കുന്ന മരിയയെ ഗിരിജാമ്മ ശ്രദ്ധിച്ചു. അവരും ഒരു രോഗിയെ നോക്കുകയാണ്. അതിലിനിടയിൽതന്നെ ഗിരിജാമ്മ മരിയയോട് കുശലവും ചോദിച്ചു.

“നാട്ടിൽ പോണതുകൊണ്ട് വല്യ സന്തോഷത്തിലാണല്ലോ.”

“ആ സന്തോഷം ഇണ്ട്. എന്നാലും ഒരു വെപ്രാളാന്നേ...”

“വെപ്രാളം ഒക്കെ കഴിഞ്ഞെങ്കിലേ, കുട്ടി അവന്റെ കൈയിൽന്നു വിട്ടോളൂ.”

മരിയ പെട്ടെന്ന് നോക്കിയപ്പോൾ ബിപി മോണിറ്റർ ഊരിയിട്ടും അവൾ ആ പാകിസ്താനിയുടെ കൈയിൽ പിടിച്ചിരിക്കുകയായിരുന്നു. പെട്ടെന്ന് അയാളുടെ കൈയിൽനിന്നും പിടിവിട്ടു. അയാൾ ഗിരിജമ്മയോടും മറിയയോടുമായി ഹിന്ദിയിൽ ചോദിച്ചു

“ക്യാ ഹുവാ സിസ്റ്റർ?” (എന്തുപറ്റി സിസ്റ്റർ?)

ഒരു പൂവാലച്ചിരിയോടെ അയാൾ ചോദിച്ചു. അയാളെ നോക്കി ഗിരിജാമ്മയുടെ കമന്റും വന്നു.

“ആഹാ... കുച്ച് നഹി ഹു ആ ബ്രദർ ആപ്കാ ഫിനിഷ് ഹു ആ ബാഹർ വെയിറ്റ് കരോ.” (ഒന്നുമില്ല. കഴിഞ്ഞു. അല്പനേരം പുറത്ത് കാത്തിരിക്കൂ.)

അയാൾ പുറത്തേക്ക് ഇറങ്ങിയപ്പോൾ ഗിരിജാമ്മ പറഞ്ഞു, “പച്ചയ്ക്ക് എന്തൊക്കെ അറിയണം?”

“അതിനെങ്ങനാ, അവന്റെ കയ്യും കേറിപ്പിടിച്ചല്ലേ നിക്കണത്.” മറിയയ്ക്ക് ചിരി വന്നു.

“അവനു നല്ല സുഖോം.” ഗിരിജാമ്മയുടെ ആ തമാശയിൽ അവർ ചിരിച്ചു. ഗിരിജാമ്മ അവളുടെ അടുത്തുനിന്ന് ചോദിച്ചു.

“പാക്കിങ് കഴിഞ്ഞോ?“

“ആ, അതിന് കാര്യമായിട്ടൊന്നും വാങ്ങിട്ടില്ലെന്നേ. അത്യാവശ്യം

ഒള്ളത് മാത്രം. അമ്മച്ചിക്കും കൊച്ചിനും ഒന്ന് രണ്ടു സാധനങ്ങൾ. അത്രമാത്രം.” മറിയ പറഞ്ഞു.

“അല്ലെങ്കിലും അതും ഇതും വാങ്ങി പൈസ കളയണത് വെർതേയാ. എല്ലാം ഇപ്പൊ നാട്ടിൽ കിട്ടും.” ഗിരിജാമ്മയും അക്കാര്യം ശരിവെച്ചു.

ഗിരിജാമ്മ ശബ്ദം അല്പം താഴ്ത്തി അവളോട് ചോദിച്ചു.

“നീ അനന്ദൻസാറിനെ കണ്ടിരുന്നോ?”

“ഇല്ല. കാര്യം പറഞ്ഞിട്ടുണ്ട്. എന്നാലും പോയി കാണണം.”

“ആ ഇപ്പൊ തന്നെ പോയി കാര്യങ്ങളൊക്കെ ഒന്നൂടി പറഞ്ഞു യാത്രയും പറഞ്ഞിട്ട് പോരേ.”

“ആ എന്തായാലും ഒന്ന് പോയി ഒന്നുകൂടി പറഞ്ഞേക്കാം.”

മറിയയ്ക്കും സമ്മതമായിരുന്നു. അത് പറഞ്ഞ് അവൾ ഒരു പ്രതീക്ഷയിൽ എന്നപോലെ ഭാവം മാറിക്കൊണ്ട് പറഞ്ഞു

“ഓ, എനിക്കൊരു 500 ദിർഹംസ് റാക്ക്ബാങ്ക് ആ ലോൺ തരും. ആ പ്രതീക്ഷയിലാ ഇപ്പൊ ഈ പോക്കും തറ പണിയും ഒക്കെ. അല്ലാതെ, എത്ര കാലമെന്നു വിചാരിച്ചാ വാടകയും കൊടുത്തു നിക്കാ? പിന്നെ കൊച്ചിന്റെ പഠിപ്പും അമ്മച്ചിടെ ട്രീറ്റ്മെന്റും. ഒരു വീടായാൽ അമ്മച്ചീടെ കാര്യം കൊറച്ചു സമാധാനമാവും.”

അവളുടെ ഈ സങ്കടത്തിനു ഗിരിജാമ്മ അവളെ സമാധാനിപ്പിച്ചു.

“മ്മ്... ഒക്കെ ശരിയാവോടി.”

അതിനുശേഷം ഗിരിജമ്മ ഒരു ഉപദേശംപോലെ അവളുടെ തോളിൽ കൈവെച്ചുകൊണ്ടു പറഞ്ഞു. “നിന്റെ ജീവിതവും നീ നോക്കണം.”

ഗിരിജാമ്മ പുഞ്ചിരിച്ചുകൊണ്ട് അവളോട് പോയി സാറിനെ കണ്ടു വരാൻ പറഞ്ഞു. മറിയയ്ക്കായി കരുതി വച്ച ഒരു ഏത്തക്ക അവൾക്കു നേരെ വച്ച് നീട്ടിക്കൊണ്ടു ഗിരിജാമ്മ പറഞ്ഞു

“കൊച്ച് ഒന്നും കഴിച്ചിണ്ടാവില്ലല്ലോ? സർനെ കണ്ടു വന്നിട്ട് കഴിച്ചോ.”

ആള് എങ്ങോട്ടെങ്കിലും പോകുന്നതിനു മുൻപ് പോയി കണ്ടിട്ട് വരാം എന്ന് പറഞ്ഞു മറിയ പോയി.

അപ്പോഴേക്കും പുറത്തു രോഗികൾ ഒരുപാടായിരുക്കുന്നു. ആ തിരക്കിലൂടെ അവൾ തിരക്കിട്ടുകൊണ്ടു നടന്നു.

'ആനന്ദ്-ഓപ്പറേഷൻ മാനേജർ' എന്ന് നെയിം ബോർഡ് എഴുതി വച്ച റൂമിന്റെ കതകിൽ മുട്ടി. യെസ് എന്ന് മറുപടി കേട്ടതും അവൾ അകത്തേക്ക് കയറി. കോട്ട് ചെയറിനെ ധരിപ്പിച്ചപോലെ ഊരിയിട്ട്, വൈറ്റ് ഷർട്ട് ഇട്ട് വളരെ എക്സിക്യൂട്ടീവ് ആയി ശൈലിയിൽ ഇരിക്കുകയാണ് അയാൾ. അവളെ കണ്ടപ്പോൾ അനന്തു പുഞ്ചിരിച്ചു കൊണ്ടു ചോദിച്ചു.

"യാത്ര പറയാൻ വന്നതാവും."

"അതെ സർ."

"ആ തോന്നി, മുഖത്തു നല്ല ഒരു സന്തോഷം. എപ്പളാ ഫ്ളൈറ്റ്?"

"നൈറ്റ് 9.00നു ഷാർജെന്ന."

"എയർപോർട്ടിലേക്ക് എങ്ങനാ പോണത്?"

ടാക്സിക്ക് പോകാനാ വിചാരിക്കുന്നത്."

"ഓഹ്... ടാക്സിക്ക് 100 ദിർഹംസ് ആകില്ലേ?"

"ആഹ്."

സർ ഒന്ന് മൂളിക്കൊണ്ടു ആലോചിച്ചിട്ട് പറഞ്ഞു

"ഒരു കാര്യം ചെയ്യൂ, ടാക്സിക്ക് പോകണ്ട, വെറുതെ പൈസ കളയണ്ട. ഞാൻ നമ്മുടെ ഡ്രൈവെർനോഡ് പറയാം. ആള് വിട്ടു തരും."

അവൾക്കു വലിയ സന്തോഷവും ആശ്വാസവുമായി. അവൾ അനന്തുവിനോട് താങ്ക്സ് പറഞ്ഞു. ശേഷം അവൾ അവളുടെ കാര്യം പറയാൻ തുനിഞ്ഞു.

"സർ, ഒരു കാര്യം..."

ചിരിച്ചുകൊണ്ട് തമാശയോടെ ആനന്ദ് ചോദിച്ചു. "ഇനിയും ഉണ്ടോ? ആ പറഞ്ഞോ."

"എന്റെ റിന്യൂവൽന്റെ കാര്യം, സർ ഒരു 500 ദിർഹം സാലറി കൂടിയാലേ ലോൺ കിട്ടത്തൊള്ളൂ. എന്നാലേ വീടുപണി നടക്കൂ സർ."

"ആ താൻ വന്നിട്ടല്ലേ റിന്യൂവൽ?'

"അതെ."

"താൻ പോയി തറയൊക്കെ കെട്ടി വാ. ഇൻക്രിമെന്റ് ഒക്കെ നമക്ക് പറഞ്ഞു ശരിയാക്കാം."

അവൾ ആശ്വാസത്തിൽ നെടുവീർപ്പിട്ടു സന്തോഷത്തോടെ അയാൾക്ക് നന്ദി പറഞ്ഞ് ഇറങ്ങി.

* * *

രാത്രി മറിയ ഫ്ളൈറ്റ് കയറി. അവൾ നാട്ടിലേക്കുള്ള യാത്രയുടെ ഉത്സാഹത്തിലാണ്. ക്യാബിനിൽ എല്ലാവർക്കും ലഘുഭക്ഷണങ്ങൾ വിതരണം ചെയ്യുന്നുണ്ട്. അവൾ അതെല്ലാം സന്തോഷത്തോടെ വാങ്ങി. തൊട്ടടുത്തുള്ള സീറ്റിൽ ഇരിക്കുന്ന ഒരു പയ്യൻ അവളെ നോക്കുന്നത് അവൾ ഇടയ്ക്കൊക്കെ ശ്രദ്ധിക്കുന്നുണ്ടായിരുന്നു. പക്ഷേ അവൾ അയാളുടെ മുഖത്തേക്ക് മുഴുവനായും നോക്കിയിട്ടുണ്ടായിരുന്നില്ല. ഭക്ഷണം കഴിച്ചതിനുശേഷം അവൻതന്നെ സംസാരത്തിനു തുടക്കമിട്ടു.

"ഹായ്..."

ഹായ്..."

"നാട്ടിലെവിടെയാ?"

"കോട്ടയം?"

കോട്ടയത്ത് എവടെ?"

"ഇയാൾ കോട്ടയത്താണോ?"

"ഏയ്, എന്റെ വീട് തൃശ്ശൂർ ആണ്. എവിടെയാണെന്നൊക്കെ ചോദിക്കൽ ഒരു ശീലം അല്ലേ നമ്മടെ, അത്രേയുള്ളൂ."

അവൾ പുഞ്ചിരിച്ചുകൊണ്ട് പറഞ്ഞു. "ഓഹോ..."

അവൻ വീണ്ടും ചോദിച്ചു. "നമ്മടെ മാണിസാറിന്റെ സ്ഥലം അല്ലേ?"

"അവടെതന്നെയാ, പാലാ." അവൻ വീണ്ടും "ഉയ്യോ, പേര് ചോദിക്കാൻ മറന്നു. പേരെന്താ?"

"മറിയ."

അവൻ അത് ചോദിക്കുന്നതിനു മുൻപായിത്തന്നെ ഒരു സംസാരത്തിനെന്നപോലെ ഇരുത്തം ഒന്ന് ശരിയാക്കി. അവൻ അവളുടെ പേരൊന്നു ഏറ്റു പറഞ്ഞു പതിയെ. മറിയ...

"ഇയാൾടെ?"

അവൻ ഒരു താല്പര്യം ഇല്ലാത്തതുപോലെ പറഞ്ഞു.

"ഓ, ചാണ്ടി."

അവൾ അവന്റെ പേര് കേട്ടതും ചിരിച്ചുകൊണ്ട് ചോദിച്ചു.

"ഓ ചാണ്ടിയോ?"

"ഓ ചാണ്ടി അല്ല, വെറും ചാണ്ടി."

അവളുടെ ചിരി അവന്റെ പേര് കേട്ടിട്ടാണെന്ന് അവനു മനസ്സിലായി.

"എന്തേ?"

ചിരി നിറുത്തികൊണ്ടു പറഞ്ഞു, "ഏയ്, കണ്ടാൽ തോന്നുല്ല ചാണ്ടി എന്നാണ് പേരെന്ന്."

അവനും ചിരിച്ചുകൊണ്ട് പറഞ്ഞു. "എന്റെ വല്യപ്പച്ചന്റെ പേരാ, വല്യമ്മച്ചി മരിക്കാൻ സമയത്ത് അപ്പനോട് പറഞ്ഞു, വല്യപ്പച്ചന്റെ പേര് എനിക്കിടാൻ. അപ്പനും അമ്മച്ചിം എനിക്കിടാൻ വച്ചത് ജോമോൻ ന്നാ. എന്ത് ചെയ്യാനാ?"

പക്ഷേ അവൾക്ക് ആ പേരിഷ്ടമായി. ചാണ്ടി നല്ല പേരാണെന്നും തനിക്ക് നന്നായി ചേരുന്നുണ്ടെന്നും അവൾ പറഞ്ഞപ്പോൾ അവന് സന്തോഷമായി.

"മറിയ എവടെയാ വർക്ക് ചെയ്യുന്നത്?"

"ഞാൻ നേഴ്സ് ആണ്. ചാണ്ടിയോ?"

ചാണ്ടി ഞാൻ ദുബായിലെ ഒരു ഇൻഷുറൻസ് കമ്പനിയിലാണ്. അവർ അങ്ങനെ സംസാരിച്ച് ഇരുന്നു. മേഘലങ്ങൾക്കിടയിലൂടെ ആ യാത്ര തുടർന്നു.

മാറിയ ലഗേജ് നോക്കി നീക്കുകയാണ്. ചാണ്ടി അവളുടെ അടുത്തുതന്നെ നിന്നു. ഇടയ്ക്ക് അവർ പരസ്പരം നോക്കുന്നുമുണ്ട്. അവൾ നോക്കിനിൽക്കെ അവളുടെ പേരെഴുതിയ പെട്ടി ലെഗേജ് വന്നു. അവൾ അതെടുക്കാൻ കുനിയുന്നതിനു മുൻപ് തന്നെ അവൻ 'ഞാൻ എടുത്തുതരാം' എന്ന് പറഞ്ഞു. അതെടുത്ത് അവന്റെ ലഗേജിലേക്ക് വച്ച്, വാല് വേണ്ട എന്ന് പറയുന്നതിന് മുൻപ് തന്നെ മറിയ ചാണ്ടിയുടെ മുഖത്തേക്ക് ഒന്ന് തറപ്പിച്ചു നോക്കി. അവൻ ചിരിച്ചുകൊണ്ട്പറഞ്ഞു. "പോകാം."

"അപ്പൊ തന്റെ എടുക്കണ്ടേ?"

"എന്റേതൊക്കെ എപ്പളോ കിട്ടി."

"ഓ, താൻ എനിക്ക് വേണ്ടി വെയിറ്റ് ചെയ്യാർന്നല്ലേ?"

ചാണ്ടി ചിരിച്ചുകൊണ്ട് തലയാട്ടി. "അതെ."

അവർ ഒരുമിച്ചു നടന്നു പുറത്തേക്കു നീങ്ങി. പുറത്തെത്തിയപ്പോഴേക്കും അവന്റെ ബ്രദർ നിൽപ്പുണ്ടായിരുന്നു. അവൻ മറിയയെ അവനു പരിചയപ്പെടുത്തി.

"ആരാണ് കൊണ്ടുപോകാൻ വന്നിട്ടുള്ളത്?"

"ആരും ഇല്ല. ഞാൻ എയർപോർട്ട് ടാക്സി ബുക്ക് ചെയ്തിട്ടുണ്ട്. ഇപ്പോ വരും."

"ചാണ്ടി ഒറ്റയ്ക്കാണോ പോണത്?"

"അതിനെന്താ, ഒറ്റയ്ക്കല്ലേ ഇങ്ങോട്ട് വന്നത്?"

"അത് ശരിയാ. ഒരു കാര്യം ചെയ്യൂ, എന്റെ നമ്പർ വച്ചോ."

"ഒറ്റയ്ക്ക് പോകുന്നതല്ലേ, എന്തെങ്കിലും ആവശ്യം ഉണ്ടെങ്കിൽ വിളിച്ചോ."

മറിയ അവൾ അവളുടെ വാട്സപ് നമ്പർ പറഞ്ഞു കൊടുത്തു. അവൻ വളരെ സന്തോഷത്തോടെ അത് സേവ് ചെയ്യുന്നത് അവൾ ശ്രദ്ധിച്ചു. വീട്ടിൽ എത്തിയാൽ വിളിക്കണം എന്ന് അവളോട് പറഞ്ഞുകൊണ്ട് രണ്ടുപേരും പരസ്പരം കൈകൊടുത്ത യാത്ര യായി.

* * *

ഇന്ന് മറിയയുടെ വീടിന്റെ തറയ്ക്ക് കല്ലിടലാണ്. ചെറിയ ഒരു ചടങ്ങ്. മറിയ, അവളുടെ സഹോദരി അന്ന, അമ്മച്ചി, ഇടവകയിലെ അച്ചൻ, അവരുടെ വീട്ടിലെ സഹായിയായ ചേടത്തി, എഞ്ചിനീയർ എന്നിവർ മാത്രം.

മറിയ, അമ്മച്ചിയുടെ കൈപിടിച്ച് സന്തോഷവതിയായി നിന്നു. അമ്മച്ചിക്ക് അസുഖമായതിനാൽ, എല്ലാ കാര്യങ്ങളും അമ്മച്ചിക്ക് പറഞ്ഞ് കൊടുക്കണം. അവൾ അമ്മച്ചീടെ കൈപിടിച്ച് കല്ലിടുന്ന ആ സ്ഥലത്തെത്തി. അമ്മച്ചിയെ ആ സ്ഥലത്തിന് തൊട്ടടുത്ത് നിർത്തി മറിയ വിളിച്ചു, "അമ്മച്ചീ..."

അമ്മച്ചിക്ക് അവളുടെ വിളിയിൽ ചെറുതായൊന്ന് തല തിരിച്ച് നോക്കാൻ മാത്രമേ കഴിഞ്ഞുള്ളൂ.

"അമ്മച്ചീ, നമ്മുടെ വീടിന് കല്ലിടണ്ടേ?"

അമ്മച്ചി പതിയെ തലയാട്ടി.

അച്ചൻ അമ്മച്ചീടെ മുഖത്ത് നോക്കി ഒന്ന് പുഞ്ചിരിച്ചുകൊണ്ട് പറഞ്ഞു, "അന്നമ്മേ, മോള് അന്നമ്മയ്ക്ക് വീടി പണിയാണല്ലോ. കർത്താവ് അനുഗ്രഹിക്കട്ടെ."

ഇതും പറഞ്ഞ് അവർ ആ ചടങ്ങിലേക്ക് നീങ്ങി.

അവിടെ ഉണ്ടായിരുന്ന എഞ്ചിനീയർ ഒരു കല്ലെടുത്ത് മറിയയു ടേയും സഹോദരിമാരുടെയും കയ്യിലേക്ക് കൊടുത്തു. അവർ മൂന്നു പേരും അത് പിടിച്ച് അമ്മച്ചിടേം കയ്യ് അതിലേക്ക് വച്ച് അച്ചന് ആ കല്ല് കൊടുത്തു. അച്ചൻ അത് ആ കുഴിയിലേക്ക് വച്ച് കുരിശ് വരച്ച് പ്രാർത്ഥിച്ച് പിരിഞ്ഞു. ആ പരിപാടി കഴിഞ്ഞ് അവൾ തിരിഞ്ഞതും പിന്നിലായി ചാണ്ടി നിൽക്കുന്നു. മറിയ ആശ്ചര്യത്തോടെ അവനെ നോക്കി.

“യെസ്.” ചാണ്ടി ചിരിച്ചു. അവന്റെ മുഖത്തേക്ക് അവരെല്ലാം നോക്കി. അവൾ അവനെ പരിചയപ്പെടുത്തി.

“അമ്മച്ചീ, ഇത് ചാണ്ടി.” അല്പം പതിഞ്ഞ്, വിക്കി, ആലോചിച്ച് കളവ് പറയുന്നതുപോലെ അവൾ പറഞ്ഞു. “എന്റെ കൂടെ വർക്ക് ചെയ്യുന്നതാ, ലീവിന് വന്നപ്പോ വന്നതാ.”

ചാണ്ടി പുഞ്ചിരിച്ചുകൊണ്ട് തലയാട്ടി.

“ചാണ്ടി എവിടുന്നാ?”

“അങ്കമാലിയിലാ അച്ചോ.”

“ഇത്രേം ദൂരം ബൈക്കിലാണോ വന്നത്?”

“അതേ അച്ചോ.”

അച്ചൻ ചാണ്ടിയെ കുരിശ് വരച്ച് പുഞ്ചിരിച്ചുകൊണ്ട് പറഞ്ഞു, “ലക്ഷ്യമാണ് പ്രധാനം, മാർഗ്ഗമല്ല.”

അച്ചൻ മറിയയെയും ചാണ്ടിയേയും നോക്കി ചെറുപുഞ്ചിരിയിൽ “കാണാം” എന്നും കൂട്ടിച്ചേർത്തു.

മറിയ, അമ്മച്ചീടെ കൈ അന്നയുടെ കൈയിൽ കൊടുത്ത് പറഞ്ഞു. “നിങ്ങൾ നടന്നോ, ചേച്ചി വരാം.”

അവർ നടന്നതിനുശേഷം ശേഷം മറിയയും ചാണ്ടിയും മാത്രമായപ്പോൾ മറിയ ചാണ്ടിയോട് ചോദിച്ചു. “അല്ല, എന്താ ഉദ്ദേശ്യം?”

ചാണ്ടി തിരിച്ച് ചോദിച്ചു. “വീട് പണിയലാല്ലേ ഉദ്ദേശ്യം?”

“അത് എന്റെ ഉദ്ദേശ്യം. തന്റെ ഉദ്ദേശ്യം... എന്താ, ഇത്രേം ദൂരെ വരാൻ?”

“നമ്മൾ ഒരുമിച്ച് വർക്ക് ചെയ്യുന്നതല്ലേ, ഒരു സഹപ്രവർത്തകയുടെ വീടിന് കല്ലിടുമ്പോ വരുന്നതിൽ എന്താ തെറ്റ്?”

“ദേ ചാണ്ടി, കളിക്കല്ലേ, അവരൊക്കെ എന്നാ വിചാരിച്ചിണ്ടാകും.”

“അവർക്കൊക്കെ മനസ്സിലായി.”

“എന്ത്?”

“നമ്മൾ തമ്മിൽ ഇഷ്ടാന്നും ഞാൻ തന്നെ കാണാനാ വന്നതെന്നൊക്കെ.”

“എങ്ങനെ, നമ്മൾ തമ്മിൽ ഇഷ്ടാന്നോ...”

“ആരു പറഞ്ഞു?”

“ഞാൻ പറഞ്ഞു.”

“ആ തന്നത്താനെ അങ്ങ് പറഞ്ഞോളും മതി.”

"എടോ, തന്നോട് ഇത് പറയാനാ ഞാൻ ഇത്രേം ദൂരം വന്നത്? അപ്പച്ചനോടും അമ്മച്ചിനോടും പറഞ്ഞപ്പൊ, നിനക്ക് ഇഷ്ടണേൽ അവർക്കും സമ്മതാന്ന് പറഞ്ഞു. തന്നെ കണ്ടപ്പോ അവർക്ക് വല്യ ഇഷ്ടായി."

"എന്നെ കണ്ടെന്നോ, എങ്ങനെ?"

ചാണ്ടി അൽപ്പം ജാള്യതയോടെ പറഞ്ഞു. "അതേയ് എയർ പോർട്ടിൽവച്ച് താനറിയാതെ, തന്റെ ഒരു ഫോട്ടോ ഞാൻ എടുത്തിട്ടുണ്ടായിരുന്നു."

ഇത് കേട്ടതും മറിയ അവനെ കണ്ണ് തുറുപ്പിച്ച് നോക്കി. അവളുടെ നോട്ടത്തിന് നിഷ്കളങ്കമായി അവൻ മറുപടി പറഞ്ഞു. "അപ്പച്ചനേം അമ്മച്ചീനേം കാണിക്കാൻ എടുത്തതാ."

അവൾ പതിയെ മൂളിക്കൊണ്ട് പുഞ്ചിരിച്ചു. അവനും. അവൾ അവനോട് ഉപദേശംപോലെ പറഞ്ഞു. "മോനേ ചാണ്ടീ...?"

"എന്തോ?"

"നീ ഉദ്ദേശിക്കുന്നപോലെയുള്ള ഒരാളല്ല ഞാൻ."

"അമ്മച്ചിക്ക് സുഖമില്ല, അനിയത്തിയുടെ പഠിപ്പ്, പിന്നെ ദാ, ഇപ്പോ വീട് പണി, വീടിന് എടുക്കുന്ന ബാങ്ക് ലോൺ, ഇതൊക്കെ അല്ലേ താൻ പറയാൻ പോകുന്ന പ്രാരബ്ധം?" ചാണ്ടി പകുതി കാര്യമായും കളിയായും പറഞ്ഞു.

"താൻ കൊള്ളാലോ, ഇതൊക്കെ എങ്ങനെ മനസ്സിലായി?" മറിയ ആശ്ചര്യത്തോടെയും അതിലേറെ കുസൃതിയോടെയും ചോദിച്ചു.

"പ്രാരബ്ധം തീർന്നിട്ട് ജീവിക്കാൻ പറ്റില്ല, ജീവിച്ചുകൊണ്ട് പ്രാരബ്ധങ്ങൾ തീർക്കാനേ പറ്റത്തൊള്ളൂ. എടോ, തന്നെപ്പോലെ ഒരു പാട് നേഴ്സ്മാരെ കാണുന്ന ആളാ ഞാനും ദുബായില്." ചാണ്ടി കളിയാക്കി പറഞ്ഞു.

"ഓഹോ..." മറിയയും വിട്ടുകൊടുത്തില്ല. അവൾ മൂളിക്കൊണ്ട് "നമ്മക്ക് ആലോചിക്കാം. താൻ ഇപ്പൊ വാ, എന്തെങ്കിലും കഴിച്ചിട്ട് അങ്കമാലിക്ക് വേഗം വിട്ടോ."

അവർ പരസ്പരം ചിരിച്ചുകാണ്ട് നടന്നകന്നു.

* * *

കല്ലിടലിന് ശേഷം മറിയയും മടങ്ങുകയാണ് ദുബൈയിലേക്ക്. അവൾ വീട്ടിൽ നിന്നും ഇറങ്ങുകയാണ്, വാതിൽപടിയിൽ നിന്ന് കൊണ്ട് ഇറങ്ങാൻ തയ്യാറായി. അവൾ സഹോദരിമാരോട് യാത്ര പറഞ്ഞു.

“ചേടത്തി എറങ്ങട്ടെ, അമ്മച്ചീനെ നോക്കണം.” അവസാനമായി അമ്മച്ചിടെ കൈപിടിച്ചു. “അമ്മച്ചീ, തറയ്ക്കും മേലയ്ക്കും കെട്ടാനുള്ള പൈസ കൊടുത്തിട്ടുണ്ട്. ബാക്കി ഞാൻ ചെന്നിട്ട് ശരിയാക്കും. നമ്മക്ക് വേഗം പുതിയ വീട്ടിൽ പാർക്കാം.”

അമ്മച്ചി ഒന്നും പറയാതെ അവളുടെ കൈപിടിച്ച് മുഖത്ത് തന്നെ നോക്കി നിന്നു. അമ്മച്ചിയുടെ കണ്ണുകൾ നിറഞ്ഞു. എന്നാൽ അവൾ കരഞ്ഞില്ല. അമ്മച്ചിയുടെ കണ്ണുകളിലേക്ക് നോക്കി അവൾ പറഞ്ഞു. “എന്നതാ എന്റെ അമ്മച്ചിക്കുട്ടീ... ഞാൻ ഇപ്പോ ഇങ്ങ് വരത്തില്ലയോ?”

അമ്മച്ചിയുടെ നെറ്റിയിൽ ചുംബിച്ചു. അവളുടെ കവിളുകൾ അമ്മച്ചീടെ ചുണ്ടുകളിലേക്ക് മുട്ടിച്ച് അമ്മച്ചിയിൽ നിന്നും ഒരു ചുംബനവും അവൾ വാങ്ങി. അത് കഴിഞ്ഞതും എന്നാൽ പോയേച്ചും വരാം എന്നും പറഞ്ഞ് അവൾ വീട്ടിൽനിന്നും ഇറങ്ങി. അവൾ എയർപോർട്ടിൽ എത്തി. അവിടെ എത്തി. അകത്തേക്ക് കയറുന്നതിന് മുൻപായി യാത്രയയയ്ക്കാൻ വന്ന രണ്ടുപേരെ കണ്ടു.

അവൾ ട്രോളി ഉന്തി കയറ്റുന്നതിന് മുൻപ് ഒരു വിളി കേട്ടു. “മറിയാ...”

അവൾ പെട്ടെന്ന് ആൾക്കൂട്ടത്തിനിടയിലേക്ക് തിരിഞ്ഞ് നോക്കി. പിന്നിലായി ചാണ്ടി. അവനെ കണ്ടതും അവൾ വിഷമം മറച്ച് വെച്ചുകൊണ്ട് ചിരിച്ചു.

“സർപ്രൈസ് ആയില്ലേ?”

അവൾ ചിരിച്ചുകൊണ്ട് ചോദിച്ചു. “ഓ... താൻ എപ്പോ എത്തി?”

“കുറേ നേരായി ഇവിടെത്തന്നെ നിക്കാർന്നു, താനെങ്ങാനും കാണാണ്ട് പോയാലോന്ന് വിചാരിച്ച്.”

നിറകണ്ണുകളോടെ മറിയ ചിരിച്ചു.

“താൻ വീട്ടിൽനിന്ന് ഇറങ്ങിയപ്പോൾ കരഞ്ഞോ?”

മറിയ ശബ്ദമിടറിക്കൊണ്ട്, “ഇല്ലല്ലോ.”

മറിയ ചാണ്ടിയോട് റിക്വസ്റ്റ് എന്നപോലെ ചോദിച്ചു. “എടോ, ഒരു കാര്യം ചോദിക്കട്ടെ?”

“ആ ചോദിച്ചോ.”

“താൻ ഒന്നും വിചാരിക്കരുത്, ഞാൻ തന്നെ ഒന്ന് കെട്ടിപ്പിടിച്ചോട്ടെ?”

അവൻ ഒരു നിമിഷം മിണ്ടാതെ നിന്നിട്ട്, മൗനം പാലിച്ച് അവളുടെ മുൻപിൽ രണ്ട് കൈകളും വിരിച്ചു സ്വാഗതംപോലെ.

മറിയ അവനെ കെട്ടിപ്പിടിച്ച് കരയാൻ തുടങ്ങി. അവളുടെ കരച്ചിൽ അവൻ കേട്ടു. അവൻ അവളുടെ തലയിൽ തലോടി. അവൾ അൽപ്പനേരം നിന്ന് അങ്ങനെ ഒരു സമാധാനംപോലെ ഇരുന്നു. ശേഷം അവൾ പിടുത്തം വിട്ട് കണ്ണുകൾ തുടച്ചു അവൾ പറഞ്ഞു. “താങ്ക്സ്.”

“എന്തിന്?”

“എടോ താനിപ്പൊ വന്നില്ലായിരുന്നെങ്കിൽ, ഒരു വലിയ ഭാരവുമായി ഞാൻ പോകേണ്ടി വന്നേനേ.”

“ഓ...”

അവൾ ശരി എന്നും പറഞ്ഞ് തിരിഞ്ഞ് നടന്നു. നടന്ന് അകത്തേക്കുള്ള വാതിലിന് മുൻപിൽ എത്തി അവൾ അവന് റ്റാറ്റാ കൊടുത്തു. ചിരിച്ചുകൊണ്ട് അവനും. നാട്ടിൽനിന്ന് എല്ലാവരും എത്തിയിട്ട് മാസങ്ങൾ കഴിഞ്ഞിരിക്കുന്നു.

* * *

ആ രാത്രിയിൽ മറിയ അവളുടെ ഫോണിൽ വീടിന്റെ പണിയുടെ ഫോട്ടോസ് നാട്ടിൽനിന്നും അയച്ചത് നോക്കുകയാണ്. അവൾ അത് നോക്കുമ്പോൾതന്നെ അവളുടെ മുഖത്ത് പ്രതീക്ഷയുടെ, സന്തോഷത്തിന്റെ ഒരു പുഞ്ചിരി മൊബൈലിന്റെ വെളിച്ചത്തിൽ തെളിയുന്നുണ്ട്. അവൾ ഓരോ ഫോട്ടോസും സൂം ചെയ്ത് നോക്കുകയാണ്. വീടിന്റെ മുക്കും മൂലയും അവൾ സസൂക്ഷ്മം നോക്കി, അതിലെ ഓരോ ചിത്രങ്ങളും നോക്കി, നോക്കി എയർപോർട്ടിൽ നിന്നും അവളും ചാണ്ടിയും ഒരുമിച്ചെടുത്ത ചിത്രവും നോക്കി. മുഖത്ത് പുഞ്ചിരി നിലാവുപോലെ വിരിഞ്ഞു. അവൾ ആദ്യം അവളുടെ ഫോട്ടോ സൂം ചെയ്ത് നോക്കി, ശേഷം ചാണ്ടിയുടേയും. അൽപ്പനേരം സൂക്ഷ്മമായി അത് നോക്കിയതിന് ശേഷം, അവൾ ഒന്ന് പുഞ്ചിരിച്ച് പതിയെ ‘കൊഴപ്പില്ലല്ലോ’ എന്ന് സ്വയം. പറഞ്ഞു.

അപ്പോഴും അവളുടെ മുഖത്ത് ഒരു പുഞ്ചിരി വിരിഞ്ഞ് നിന്നിരുന്നു. അപ്പോഴാണ് ചാണ്ടിയുടെ വാട്സാപ്പ് മെസേജുകൾ കണ്ടത്. കുറെ നേരം അവർ പ്രണയത്തിന്റെ നിമിഷങ്ങൾ പങ്കുവെച്ചു.

* * *

മറിയ വിസ റിന്യൂവൽ ആയതോടെ ശമ്പളം കൂട്ടികിട്ടുമെന്ന പ്രതീക്ഷയിലാണ് പതിവുപോലെ ഡ്യൂട്ടിക്ക് രാവിലെ എത്തിയത്. രാവിലെയുള്ള ഡ്യൂട്ടിക്കിടെ നേഴ്സിങ് റൂമിലേക്ക് ഒരു കോൾ വന്നു. ഗിരിജാമ്മ ഫോൺ എടുത്തു.

“ഹലോ...” മാനേജർ ആണ് വിളിക്കുന്നത്

“ഗിരിജാമ്മ, മറിയ ഉണ്ടോ?”

“ആ ഉണ്ടല്ലോ, സാറേ?”

“ഇവിടംവരെ വരാൻ പറയൂ.”

“ഇപ്പളൊ?”

“ശരി, ഫ്രീ ആവുമ്പോൾ വരാൻ പറയാം. ഓകെ.”

ഗിരിജാമ്മ ഫോൺ കട്ട് ചെയ്തു.

“കൊച്ചേ നിന്നോട് ഫ്രീ ആകുമ്പോൾ സാറിനെ ഒന്ന് കാണാൻ പറഞ്ഞു.”

അവളുടെ മുഖത്ത് ഒരു ആശ്വാസത്തിന്റെ പ്രതീതി തെളിഞ്ഞു. ഒന്നും ഗിരിജാമ്മ ചോദിക്കാതെതന്നെ അവൾ പറഞ്ഞു. “റിന്യൂവലിന്റെ കാര്യം സംസാരിക്കാനായിരിക്കും.”

അവൾ അൽപ്പം ശബ്ദം താഴ്ത്തി ഗിരിജാമ്മയുടെ അടുത്ത് നീങ്ങിച്ചെന്ന് പറഞ്ഞു. “ഒരു 500 ദിർഹം കൂട്ടിത്തരാൻ പറഞ്ഞിട്ടുണ്ട്. അത് കിട്ടിയാൽ എല്ലാം ശരായാകും.”

ഗിരിജാമ്മ അവളോട് പ്രതീക്ഷയോടെതന്നെ മറുപടി പറഞ്ഞു. “അതൊക്കെ ശരിയാകും കൊച്ചേ. നീ ആരോടും പറയണ്ട. പിന്നെ എല്ലാവരും ഇൻക്രിമെന്റ് ന്ന് പറഞ്ഞ് നടക്കും.”

മറിയ മൂളിക്കൊണ്ട് തലയാട്ടി.

ഒട്ടും വൈകിക്കേണ്ട എന്ന നിലയ്ക്ക് ഗിരിജാമ്മ പറഞ്ഞു, “എന്നാൽ നീ ഇപ്പോ തന്നെ പൊയ്ക്കോ. അധികം പേഷ്യന്റ്സ് ഒന്നും ഇല്ലല്ലോ. ഞാൻ മാനേജ് ചെയ്തോളാം.”

മറിയ വളരെ സന്തോഷത്തോടെയും ആശ്വാസത്തോടെയും ‘എന്നാൽ ഞാൻ പോയിട്ട് വേഗം വരാം’ എന്ന് പറഞ്ഞ് മാനേജരുടെ റൂമിലേക്ക് പോയി.

ലഭിക്കാൻ പോകുന്ന 500 ദിർഹം എന്ന തുകയും അത് വഴി ശരിയാക്കാൻ പോകുന്ന ബോങ്ക് ലോണും വീടുപണിയും എല്ലാം മനസ്സിൽ കണ്ട് രോഗികൾ ഇരിക്കുന്ന ഹാളും കടന്ന് അവൾ പ്രതീക്ഷയോടെ മാനേജരുടെ മുറിയിലേക്ക് നടന്നു.

അവളുടെ ആ നടത്തം വീട് എന്ന ജീവിതസാഫല്യം യാഥാർത്ഥ്യമാകും എന്നുള്ള പ്രതീക്ഷയിൽ ആയിരുന്നു.

അവൾ മാനേജരുടെ റൂമിൽ തട്ടി. പതിയെ വാതിൽ തുറന്നു

“ആ വാടോ.” മാനേജർ ചിരിയോടെ പറഞ്ഞു.

എന്തിനാണ് വിളിപ്പിച്ചതെന്ന് അറിയാമെങ്കിലും അവൾ മാനേജരോട് ചോദിച്ചു. "സർ വരാൻ പറഞ്ഞെന്നു പറഞ്ഞു."

കമ്പ്യൂട്ടറിൽനിന്ന് കണ്ണ് മാറ്റാതെ തന്നെ സർ അവളോട് പറഞ്ഞു. "ഇരിക്ക്."

അവൾ മുൻപിലെ കസേരയിൽ ഇരുപ്പുറക്കാതെതന്നെ ഇരുന്നു. കമ്പ്യൂട്ടറിൽനിന്ന് ശ്രദ്ധ മാറ്റി അയാൾ അവളുടെ മുഖത്തേക്ക് നോക്കി കാര്യം പറഞ്ഞ് തുടങ്ങി.

"മറിയയെ വിളിപ്പിച്ചത്..."

മാനേജർ പുതിയ ഓഫർ ലെറ്റർ എടുത്ത് അവൾക്ക് നേരെ നീട്ടി ശമ്പള വർദ്ധനവ് എന്ന പ്രതീക്ഷയിലും അതിന്റെ ആകാംക്ഷയിലും അവൾ അത് വാങ്ങി. അവൾ അത് നിവർത്തി വായിക്കുമ്പോൾ ഒന്നും പറയാതെ മാനേജർ അവളുടെ മുഖത്ത് തന്നെ നോക്കിയിരുന്നു. അവളുടെ മുഖത്തെ ഭാവമാറ്റം അത് വായിച്ചപ്പോൾ അയാൾ ശ്രദ്ധിച്ചു.

അവളുടെ എല്ലാ പ്രതീക്ഷകളും തകർന്നു എന്ന ഭാവം അവളിലേക്ക് അവൾ പോലുമറിയാതെ വന്നു കഴിഞ്ഞിരുന്നു. അൽപനേരം മുൻപ് വിടർന്നിരുന്ന അവളുടെ കണ്ണുകൾ ഇപ്പോൾ ചെറുതായിരിക്കുന്നു.

ഇടറിയ ശബ്ദത്തിൽ അവൾ പറഞ്ഞു."സർ, ഇത്.... എനിക്ക് 500 ദിർഹം കിട്ടിയാലേ എന്റെ ലോൺ ശരിയാകൂ. ഇത് 200 അല്ലേ ഒള്ളൂ സർ."

അവൾ ആ ഓഫർ ലെറ്റർ കൈയിൽ പിടിച്ച് ഇനി ഞാൻ എന്ത് ചെയ്യാനെന്ന ഭാവത്തിൽ, കൈമലർത്തിക്കൊണ്ട് പറഞ്ഞു.

"ഞാൻ...?" അവൾ വീണ്ടും അവളുടെ ആവശ്യം ആവർത്തിച്ചു.

"സർ, എനിക്ക് 500 ദിർഹം കൂട്ടിക്കിട്ടിയാലേ എന്റെ ലോൺ പാസ് ആവുകയുള്ളൂ. എന്റെ വീട് പണി നടക്കാണ് സർ പ്ലീസ്..."

അവളുടെ അവസ്ഥയും ആവശ്യവും അയാൾക്ക് അവളുടെ മുഖത്ത് നിന്നും മനസ്സിലാക്കാമായിരുന്നു.

മാനേജർ അയാളുടെ ഭാഗം പറഞ്ഞ് തുടങ്ങി. "മറിയ, തന്റെ കാര്യങ്ങളൊക്കെ അറിയാം. പക്ഷേ മാനേജ്മെന്റ് പറയുന്നപോലെ അല്ലേ എനിക്ക് ചെയ്യാൻ പറ്റൂ. തന്നെപ്പോലെ ശമ്പളം വാങ്ങുന്ന ഒരാളാണ് ഞാനും. എനിക്ക് പറ്റാവുന്നത്ര പറഞ്ഞിട്ടുണ്ടായിരുന്നു."

"ഇനി ഞാൻ എന്ത് ചെയ്യും സർ, ഈ ഒരു പ്രതീക്ഷയിലാ..."

"എനിക്ക് പറയാവുന്നതൊക്കെ പറഞ്ഞിട്ടുണ്ടായിരുന്നു, പക്ഷേ

അവര് പറയണത്, തനിക്ക് ലൈസൻസ് ഇല്ലല്ലോ. ഇപ്പൊ ഒള്ളത് തന്നെ അധികാന്നാ." മാനേജർ നിസ്സഹായതയോടെ പറഞ്ഞു.

അയാളുടെ ആ മറുപടി അവളെ വല്ലാതെ വിഷമിപ്പിച്ചു.

"ഞാൻ, എല്ലാ ജോലിയും കൃത്യമായി ചെയ്യുന്നില്ലേ സർ, ലീവ് പോലും എടുക്കുന്നില്ല. സർ, എന്തെങ്കിലും ഒരു കംപ്ലയിന്റ് എന്നെ പ്പറ്റി കേട്ടിട്ടുണ്ടോ?"

മാനേജർ പറഞ്ഞു, "അതൊന്നും മാനേജ്മെന്റ് നോക്കില്ല മറിയ. അവർക്ക് ഈ സാലറിക്ക് ലൈസൻസ് ഒള്ളവരെ കിട്ടും. അതാ അങ്ങനെ പറഞ്ഞത്.

അയാൾ ഒരു ഉപാധിയെന്നോണം പറഞ്ഞു. "താൻ എക്സാം എഴുതി ലൈസൻസ് എടുക്കാൻ നോക്ക് വേഗം."

ഒന്നും അവൾ പിന്നെ പറഞ്ഞില്ല. പക്ഷേ അവളുടെ നെറ്റി ആകെ തണുത്തിരുന്നു, എയർകണ്ടീഷൻ മുറിയിലും വിയർത്തു. അവൾ അവളുടെ ഇടതുകൈകൊണ്ട് അത് തുടച്ചു.

ഒരു യാചനപോലെ അവൾ പറഞ്ഞു. "എന്തെങ്കിലും ചെയ്ത് തരാൻ പറ്റുമോ സർ, എനിക്ക് ഇതല്ലാതെ വേറെ വഴിയില്ല. അതു കൊണ്ടാ."

ഒരു ഉപാധിയൊന്നോണം അവൾ പറഞ്ഞു. "സർ, എനിക്ക് ബാങ്കിൽ കാണിക്കാൻ മാത്രം 500 ഇട്ടാമതി, ഞാൻ എല്ലാ മാസവും 300 ദിർഹം തിരിച്ച് തരാം."

അവളുടെ ആ പരിഹാരമാർഗം കേട്ട് മാനേജർ ഒന്ന് പുഞ്ചി രിച്ചുകൊണ്ട് പറഞ്ഞു. "അതൊന്നും നടക്കില്ല മറിയ."

അവൾ പോലുമറിയാതെ കൈയിലെ ആ പേപ്പർ അവൾ മടക്കി. അവളുടെ ഉള്ളംകൈ വിയർത്തു. ആ വിയർപ്പ് കൈയിലെ പേപ്പ റിന്റെ അൽപ്പഭാഗം മായ്ച്ചു.

ആ സംഭാഷണം അവസാനിപ്പിക്കാനെന്നോണം മാനേജർ പറഞ്ഞു. "എന്നാൽ മറിയ ചെല്ല്. ഡ്യൂട്ടി ടൈം അല്ലേ?"

അവൾ പതുക്കെ നടന്നു. അവളുടെ കണ്ണുകൾ ചുമന്നിരുന്നു. ഇടറിയ ശബ്ദത്തിൽ അവസാനമായി അവൾ ചോദിച്ചു, "സർ, എന്തെങ്കിലും ചെയ്യാൻ പറ്റുമോ?"

അവളുടെ ചോദ്യത്തിന് മൗനം പാലിച്ചുകൊണ്ട് അയാൾ മറു പടി പറഞ്ഞു, "ഞാൻ മാനേജ്മെന്റിനോട് ഒന്നുകൂടി സംസാരിച്ചു നോക്കാം."

അവൾ മൂളി. അവളുടെ കണ്ണുകളിലേക്ക് മാത്രം അയാളുടെ നോട്ടം വരുന്നതായി അവൾക്ക് തോന്നി. ഇനി നിന്നാൽ താൻ

കരഞ്ഞ് പോകും എന്ന് തോന്നിയതുകൊണ്ട് അവൾ പോകാനായി തുനിഞ്ഞു. എങ്കിലും അവൾ ഒന്നുകൂടി, ഒരു അപേക്ഷ പോലെ അയാളോട് പറഞ്ഞു. അതിന് പ്രത്യേകിച്ചൊന്നും അനുകൂലമായ മറുപടി കിട്ടിയില്ല. അയാൾ ഒന്നും പറഞ്ഞില്ല. അവൾ ആ മുറിയിൽനിന്നും പോകുന്നത് അയാൾ നോക്കിയിരുന്നു.

എല്ലാം നഷ്ടപ്പെട്ട ഒരു അവസ്ഥയിലായിരുന്നു മറിയ. ആ മുറിയിലേക്ക് വന്നപ്പോൾ അവൾ പ്രതീക്ഷയുടെ ആനന്ദംകൊണ്ട് തന്നെ അവിടെ ഇരിക്കുന്നവരെയും അവിടെയുള്ള ശബ്ദങ്ങളും അവൾ കേട്ടു. എന്നാൽ തിരിച്ചുള്ള വരവിൽ, ആ തിരക്കിനിടയിലൂടെ എല്ലാം നഷ്ടപ്പെട്ടപോലെ, പ്രതീക്ഷയറ്റ് കൊണ്ട് ചുറ്റുപാടുമുള്ള ഒന്നിനെയും കാണാതെ, അല്ലെങ്കിൽ ശ്രദ്ധിക്കാതെ അവൾ ഗിരിജാമ്മയും അവളും ഇരിക്കുന്ന നേഴ്സിംഗ് റൂമിലേക്ക് കയറി.

ഒരു പേഷ്യന്റിനെ നോക്കുന്ന തിരക്കിൽ ഗിരിജാമ്മ അവൾ വന്നത് കണ്ടെങ്കിലും ശ്രദ്ധിച്ചില്ല. പേഷ്യന്റ് പോയതിനുശേഷം അവളെ കാണാത്തതുകൊണ്ട് ഗിരിജാമ്മ തിരക്കി.

“മറിയ... ഈ കുട്ടി വന്നിട്ടിതെങ്ങോട്ട് പോയി” എന്ന് ചോദിച്ച് ആ മുറിയിലെ ട്രീറ്റ്മെന്റ് പച്ച കർട്ടൻ മാറ്റി നോക്കി.

“മറിയ, എന്തായി പോയിട്ട്, ശരിയായോ?”

അവൾ ഒന്നും പറഞ്ഞില്ല. ഗിരിജാമ്മ ഇത് ചോദിച്ചതും അവൾ തലപൊക്കി ഗിരിജാമ്മയെ നോക്കി അവളുടെ കണ്ണുകൾ നിറഞ്ഞൊഴുകുന്നുണ്ടായിരുന്നു. കണ്ണുകൾ കലങ്ങി ഒഴുകി.

“അയ്യോ... എന്താ പറ്റിയത്?” പരിഭ്രാന്ത്രിയോടെ ഗിരിജാമ്മ ചോദിച്ചു.

അവൾ വിതുമ്പിക്കൊണ്ട് സംഭവിച്ചതെല്ലാം ഗിരിജാമ്മയോട് പറഞ്ഞു. അവളെ സമാധാനിപ്പിക്കാൻ ഗിരിജാമ്മ ശ്രമിച്ചു. പക്ഷേ അവൾ ഒന്നും പറഞ്ഞില്ല. എന്തുപറയണം എന്നറിയാതെ വിഷമിച്ച് ഗിരിജാമ്മയും അവിടെ നിന്നു. ഒരു രോഗി വന്ന് വിളിച്ചപ്പോൾ അവളെ അവിടെ ഇരുത്തി ഗിരിജാമ്മ പോയി.

ആ ദിവസത്തിന് ശേഷമുള്ള രാത്രികളിൽ അവൾ ഉറങ്ങാൻ ഒരുപാട് വൈകിയിരുന്നു. അവൾ രാത്രി മൂന്ന് മണിവരെ അല്ലെങ്കിൽ അതിനും വൈകി ഉറങ്ങുന്നത് പതിവായിരിക്കുന്നു – ഇടയ്ക്ക് വീടിന്റെ പണിയുടെ ഓരോ ചിത്രങ്ങളും മൊബൈലിൽ നോക്കും. വിഷമംകൊണ്ടും ഉറക്കച്ചടവുകൊണ്ടും അവളുടെ മുഖം വല്ലാതെ ക്ഷീണിച്ചിരുന്നു. ചാണ്ടിയുടെ മെസ്സേജ് പോലും അവൾ നോക്കാതായി.

വീട്ടിലേക്ക് വിളിക്കുമ്പോൾ അതെല്ലാം മറച്ച് വെച്ചു. ടെൻഷൻ കൊണ്ട് ജോലിസ്ഥലത്തും അവളുടെ ഏകാഗ്രത നഷ്ടപ്പെട്ടു. ഒരാഴ്ചയ്ക്കുള്ളിൽതന്നെ അവളുടെ എല്ലാ പ്രയാസങ്ങളും അവളുടെ ശരീരത്തിൽ പ്രതിഫലിച്ചു. ഇടയ്ക്കെപ്പോഴോ ചാണ്ടി വിളിച്ചപ്പോൾ അവൾ പറഞ്ഞു.

"ലോൺ ശരിയാവില്ല. കൊടുത്ത പൈസ കഴിഞ്ഞാൽ പണി നിക്കും. ആ... എന്തെങ്കിലും വേറെ വഴി നോക്കാം."

* * *

അധികം ആളുകൾ ഇല്ലാതെ ഒരു ലളിതമായ വീട്പാർക്കൽ ചടങ്ങ്. ഒരു പുതിയ വീടിന്റെ പണി കഴിഞ്ഞതിന്റെ എല്ലാ അടയാളങ്ങളും അവിടെയുണ്ട്. അവിടെ വരുന്നവർക്ക്, മറിയയും സഹോദരിയും പുഞ്ചിരിയോടെ ഒരു ട്രേയിൽ നാരങ്ങാവെള്ളം കൊടുക്കുന്നു.

മറിയയുടെ തിരിച്ചുവരവ് ആഘോഷിക്കുകയായിരുന്നു അവർ. ചാണ്ടിയും പുഞ്ചിരിച്ച് നിൽപ്പുണ്ട്. പള്ളി വികാരിയുടെ പ്രാർത്ഥനയാണ്. എല്ലാവരും നിശ്ശബ്ദരായി പ്രാർത്ഥനയിൽ മുഴുകി. പ്രാർത്ഥന ചൊല്ലിക്കൊണ്ട് അച്ചൻ കൈയിലെ വെഞ്ചരിച്ച വെള്ളം ആ മുറികളിലാകെ തളിച്ചു. അവിടെ കൂടിനിന്നവരുടെ ദേഹത്തേക്കും അച്ചൻ ആ വെള്ളം തളിച്ചു, അതിനുശേഷം അദ്ദേഹം വീണ്ടും ഒരു പ്രാർത്ഥനകൂടി ചൊല്ലാൻ തുനിഞ്ഞു.

"നമ്മുടെ മറിയമോളുടെ സമ്പാദ്യമാണിതെല്ലാം."

അത് പറഞ്ഞപ്പോഴേക്കും ആ കൂട്ടത്തിൽ നിന്നിരുന്ന ഒരാൾ അച്ചന്റെ മുഖത്തേക്ക് നോക്കി. അയാളുടെ ആ നോട്ടം അച്ചന്റെ മനസ്സിനെ ഉണർത്തി. അച്ചൻ മറിയയുടെ അമ്മച്ചിയെ നോക്കിയിരുന്നു. അച്ചൻ അമ്മച്ചിയെ ഇരുത്തിയിട്ടുള്ള കസേരയ്ക്കരികിലേക്ക് വന്ന് വിളിച്ചു. "അന്നമ്മേ...."

വിളി കേട്ട് മറിയയുടെ അമ്മ അച്ചനെ നോക്കി. അച്ചൻ ഒരു പുഞ്ചിരിയോടെ പറഞ്ഞു. "അന്നമ്മേടെ ഭാഗ്യമാണ് മറിയമോൾ."

അത് പറഞ്ഞ് അച്ചൻ ആ വീടിന്റെ താക്കോൽ അമ്മച്ചീടെ ഉള്ളംകൈയിലേക്ക് വച്ച് കൊടുത്തു. അത് ആ കൈകളിലേക്ക് വച്ച് കൊടുത്തപ്പോൾ അയാളുടെ കണ്ണുകൾ തിളങ്ങിയിരുന്നു. എന്നിട്ട് അമ്മച്ചിയുടെ കൈ കൂട്ടിപ്പിടിച്ചു.

അച്ചൻ അമ്മച്ചിയുടെ നെറ്റിയിൽ കുരിശ് വരച്ചുകൊണ്ട് പറഞ്ഞു, "നല്ല വീടാണ്."

ചലനമറ്റപോലെ ഇരുന്നിരുന്ന അമ്മച്ചിയുടെ കണ്ണുകളിൽ നിന്ന്

കണ്ണുനീർ തുള്ളികൾ ഇറ്റ് അമ്മച്ചിയുടെ കൈവിരലുകൾ ചേർത്ത് ഇരിക്കുന്ന അച്ചന്റെ കൈയിലേക്ക് വീണു.

അമ്മച്ചി അച്ചന്റെ മുഖത്തേക്ക് നോക്കി ചോദിച്ചു, “എന്റെ മോള് വന്നോ?”

“വന്നല്ലോ.” അവിടെ കൂടിയിരിക്കുന്നവരെല്ലാം ഒരുമിച്ച് പറഞ്ഞു.

അച്ചൻ ഒരു ഉറപ്പ് നൽകിയതുപോലെ അമ്മച്ചിയുടെ അടച്ച് വച്ചിരിക്കുന്ന ആ വിരലുകൾ ഒന്നുകൂടി ബലം നൽകിക്കൊണ്ട് അമർത്തി.

അമ്മച്ചിക്ക് എത്ര പെട്ടെന്നാണ് ഓർമ്മ നഷ്ടപ്പെട്ടത്. എന്നാലും അമ്മച്ചിയുടെ സ്വപ്നം സഫലമായതിൽ മറിയയ്ക്ക് സന്തോഷം തോന്നി.

അപ്പോഴേക്കും ചാണ്ടിയും എത്തിയിരുന്നു. അയാൾ മറിയയുടെ തൊട്ടരികിൽ വന്നു നിന്നു. അച്ചൻ അർത്ഥം വെച്ചൊരു നോട്ടം. അത് ആസ്വദിച്ചുകൊണ്ട് ചാണ്ടി പുഞ്ചിരിച്ചു. പിന്നെ മറിയയുടെ അമ്മച്ചിയുടെ കാൽ തൊട്ട് വന്ദിച്ചു. ചാണ്ടിയുടെ നെറുകയിൽ അറിയാതെന്നോണം അമ്മച്ചി കൈ ചേർത്തുവെച്ചു. മറിയയുടെ കണ്ണുകൾ സന്തോഷത്താൽ വിടർന്നു. അന്നയും അടുത്തുവന്നു നിന്നപ്പോൾ അവളേയും ചാണ്ടി ചേർത്തുപിടിച്ചു.

പ്രവാസജീവിതത്തിന്റെ സൗഭാഗ്യമാണ് ഇതെല്ലാമെന്ന് മറിയ ചാണ്ടിയെ പ്രണയപൂർവ്വം നോക്കി വിചാരിച്ചു.

കൂട്ടായ്മയുടെ കരുതൽ

ഫൈസലിന് അത്യാവശ്യമായി സിറിയയിലേക്ക് പോകേണ്ടി വന്ന തിനാൽ നാട്ടിൽ പോകാനായില്ല. അവിടെ ഒരു മെഡിക്കൽ ക്യാമ്പിൽ പങ്കെടുക്കേണ്ടതുണ്ടായിരുന്നു. അത് അറിയിച്ചപ്പോൾ അമീന് വിഷമമായെന്ന് ഉമ്മ പറഞ്ഞിരുന്നു.

മെഡിക്കൽ ക്യാമ്പ് കഴിഞ്ഞ് കമ്പനി വക കാറിൽ നാട്ടിലേക്കുള്ള യാത്രയിലായിരുന്നു ഫൈസൽ. ഹരീഷായിരുന്നു ഡ്രൈവർ നല്ല പയ്യൻ. അടുത്തിടെയാണ് കമ്പനിയിൽ ജോലിക്ക് ചേർന്നത്. സിറിയയിലെ ആഭ്യന്തരകലാപം അതിന്റെ മൂർദ്ധന്യത്തിലെത്തിയ സമയവും. യാത്രയിൽ അല്പം പേടിയുമുണ്ടായിരുന്നു. അതെല്ലാം ഓർത്തിരിക്കവേ ഫ്ളൈറ്റിന്റെ സമയത്തെക്കുറിച്ച് ഹരി ഓർമ്മിപ്പിച്ചു. പക്ഷേ ഫൈസലിന് കഴിഞ്ഞുപോയ ഒരു കാലം ഓർമ്മയിലെത്തി. കൊറോണയിൽ നിന്ന് രക്ഷപ്പെട്ട ആ കാലം.

നാട്ടിലേക്കുള്ള യാത്രയിലാണ് ഫൈസൽ. അമീന്റെ അവസ്ഥ അറിഞ്ഞതിൽപിന്നെ സ്വൈരം കിട്ടിയിട്ടില്ല. ജോലിയിലും ശ്രദ്ധിക്കാൻ പറ്റിയില്ല. ജോലി നഷ്ടപ്പെട്ടാലും നാട്ടിലേക്ക് പോകുക തന്നെ എന്ന് തീരുമാനിച്ചത്, അമീനിന്റെ സങ്കടത്തെക്കുറിച്ച് സഫർ അറിയിച്ചപ്പോഴാണ്.

സകരിയയും മറിയയും നാട്ടിലെത്തിയിട്ടുണ്ട്. ഇനി ചാണ്ടി കൂടി എത്താനുള്ളൂ. മറിയയുടെ വീട് പാർക്കൽ കഴിഞ്ഞു എന്ന് അറിയിച്ചിരുന്നു. ബാങ്കിൽനിന്ന് ലോൺ കിട്ടിയില്ലെങ്കിലും തങ്ങളെല്ലാവരും സഹായിച്ചിട്ടാണ് അത് പൂർത്തിയാക്കിയത്. മലയാളിക്കൂട്ടായ്മയുടെ സ്നേഹസ്പർശങ്ങൾക്ക് മുന്നിൽ എല്ലാ തടസ്സങ്ങളും മാറിക്കിട്ടുമെന്ന് തെളിയിച്ച ഒരു സംഭവമായിരുന്നു അത്. അതു തന്നെയാണ് കൊറോണക്കാലത്തും സംഭവിച്ചത്.

കാറിലിരുന്ന് ഫൈസൽ ഓർക്കുകയായിരുന്നു. എത്ര വേഗമാണ് ലോകഗതി മാറിപ്പോയത്. നിസ്സാരമായ ഒരു കുഞ്ഞുവൈറസിന്റെ

മുന്നിൽ ലോകജനത മുട്ടുമടക്കിയ കാലം. ശാസ്ത്രംപോലും തല കുനിഞ്ഞ കാലം. ജീവിതത്തിലേക്ക് തിരിച്ചുവരുമെന്ന് ഒരിക്കലും താൻ കരുതിയതല്ല. മറിയയെ എത്രയും വേഗം നാട്ടിലെത്തിക്കണം എന്ന് പറഞ്ഞ് ചാണ്ടിയുടെ ഫോൺ കോൾ. വളരെ ശ്രദ്ധയോടെ സർക്കാർ പറഞ്ഞ എല്ലാ സുരക്ഷയും പാലിച്ചുകൊണ്ടാണ് മറിയയെ എയർപോർട്ടിൽ കൊണ്ടുവിട്ടത്. പക്ഷേ തനിക്ക് പിന്നാലെയും അത് കൂടിയിരുന്നു എന്ന് മനസ്സിലായത് രണ്ട് ദിവസം കഴിഞ്ഞാണ്.

ചാണ്ടി അതിൽനിന്നും എങ്ങനെയോ രക്ഷപ്പെട്ടു. ചാണ്ടി സകരിയയെ വിളിച്ചു പറഞ്ഞു. പക്ഷേ ഇതിനിടെ സകരിയയെയും കൊറോണ പിടികൂടി. അർച്ചനയേയും അമ്മുവിനെയും മാറ്റിയതും ചാണ്ടി തന്നെയായിരുന്നു. സകരിയ രക്ഷപ്പെടില്ലെന്ന് തന്നെയാണ് ചാണ്ടി പറഞ്ഞതും. താൻ അത് കേട്ട് എത്രമാത്രം സങ്കടപ്പെട്ടു. കാരണം അവരുടെ പ്രേമവും ഒളിച്ചോട്ടക്കഥയും നാട്ടിലെ വിവാദങ്ങളും സകരിയ വിസ്തരിച്ച് പറഞ്ഞ് ചിരിച്ച നാളുകൾ. ഫൈസൽ ചിരിച്ചു. സകരിയ ഒരു തമാശക്കാരനാണ്. എന്തും ഫലിതം ചേർത്ത് മാത്രമേ സംസാരിക്കൂ. നല്ല രസമാണ് അവ കേൾക്കാനും.

അതോർത്തപ്പോൾ അപ്പയേയും അമ്മയേയും ഉപ്പയേയും ഉമ്മയേയും അവരുടെ വിഷമത്തെയും പറ്റി പറഞ്ഞതും ഫൈസലിനെ നീറ്റി. പ്രണയത്തിന് കണ്ണില്ലെന്നും ജാതിക്കതീതമായാണ് പ്രേമം നിലനില്ക്കുന്നതെന്നും ആദർശത്തിനു വേണ്ടി പറയാം. എന്നാലും പെറ്റു വളർത്തിയ മാതാപിതാക്കളുടെ സങ്കടം അവർക്കല്ലേ അറിയൂ.

എന്തായാലും ഒരു കൊറോണ ആ കുടുംബത്തെ ഒന്നിപ്പിച്ചിരിക്കുന്നു. കൊറോണകൊണ്ട് ഒരുപാട് ഉപകാരങ്ങൾ ലോകത്തിന് തന്നെ ഉണ്ടായി എന്നത് സത്യമാണ്. സ്നേഹവും മനുഷ്യത്വവും വിശപ്പും പട്ടിണിയും എന്താണെന്ന് ലോകം പഠിച്ചു. അതിലുപരി ഇത്രയും നശ്വരമാണ് മനുഷ്യജീവനെന്നും. അങ്ങനെ എത്രയെത്ര പാഠങ്ങൾ.

"സർ, എന്താ കാര്യമായ ആലോചനയിലാണല്ലോ. ഇത് പതിവില്ലല്ലോ." ഹരീഷ് ചോദിച്ചു.

അപ്പോഴാണ് ഫൈസൽ ചിന്തിച്ചത്. കാറിൽ കയറിയിട്ട് ഇതുവരെ ഹരീഷിനോട് ഒന്നും സംസാരിച്ചില്ലല്ലോ എന്ന്. ഏതൊക്കെയോ ഓർമ്മകളിൽ കുടുങ്ങിക്കിടക്കുകയാണ് മനസ്സ്

"കൊറോണക്കാലത്തെക്കുറിച്ചും അപ്പോൾ അനുഭവിച്ച വിഷമവും ഓർത്തതാണ് ഹരീ."

"അതേ സർ, അതൊരു ഭീകരമായ കാലം. സാറും അത് അതിജീവിച്ചതല്ലേ? മറക്കാനാവില്ല."

“അതേ, പക്ഷേ നമ്മുടെ മലയാളിക്കൂട്ടായ്മയും സർക്കാരിന്റെ പിൻബലവും കാരണം രക്ഷപ്പെട്ടതാണ്.”

“അതെയതെ.” ഹരീഷ് പറഞ്ഞു.

“ഇന്ന് വല്ലാത്ത ബ്ലോക്കുണ്ടല്ലോ. സാധാരണയിൽ കവിഞ്ഞ്.”

“എന്താണാവോ...” ഫൈസൽ പുറത്തേക്ക് നോക്കി പറഞ്ഞു.

“സമയത്തിനെത്തും സർ, പേടിക്കേണ്ട.”

എന്തോ ഫൈസലിന് പരിഭ്രമം തോന്നി.

പേടിക്കാനൊന്നുമില്ലെന്നറിയാം. എന്നാലും നല്ല കാലമല്ല. തീവ്രവാദത്തിന്റെയും ലൗ ജിഹാദിന്റെയും വംശീയ കലാപങ്ങളുടെയും വിവാദങ്ങളുടെയും കാലം. ഫൈസൽ ചിന്തയിലാണ്ട് പിന്നിലേക്ക് ചാരിയിയിരിക്കവേ ഒരു കാഴ്ച കണ്ടു.

വിരലുകളുടെ വിസ്മയചിഹ്നങ്ങൾ

ആ കാഴ്ച... ഫൈസൽ ഒരിക്കൽകൂടി സൂക്ഷിച്ചുനോക്കി. എന്താണ്? ഒരാൾ കമിഴ്ന്ന് കിടക്കുന്നതുപോലെ അൽപ്പം ദൂരെയാണ്.

"ഹരീ, വണ്ടി നിർത്തൂ..." ഫൈസൽ ഹരിയുടെ തോളിൽ തട്ടി.

"എന്തേ സർ?"

"വണ്ടി നിർത്ത്..."

"ഇപ്പോഴോ? എയർപോർട്ടിൽ എത്താൻ വൈകും."

"അത് സാരമില്ല. ഇനിയും സമയുണ്ട്."

"ഹരീ, നോക്കൂ ദൂരെ ആ മരങ്ങൾക്കിടയിൽ ആരോ കിടക്കുന്നതുപോലെ..."

"ആരെങ്കിലും ആവട്ടെ. നമുക്ക് പൊലീസിനെ വിളിക്കാം."

"അതാവാം. അതിനു മുമ്പ് അവിടേക്കെത്തണം."

"സർ, ഫ്‌ളൈറ്റ്..."

"സാരമില്ല ഹരീ നമുക്ക് നോക്കാം. അങ്ങോട്ട് വണ്ടി എടുക്ക്."

ഫ്‌ളൈറ്റ് തെറ്റുമെന്ന ആശങ്കയുണ്ടെങ്കിലും ഫൈസൽ പറഞ്ഞത് അനുസരിക്കാതിരിക്കാൻ ഹരിക്കായില്ല. അല്പം വിഷമിച്ചാണെങ്കിലും ഹരി കാർ അങ്ങോട്ടുതന്നെ തിരിച്ചു.

വഴിയരികിൽ നിന്ന് മാറിക്കിടന്നതിനുലാകാം, ആരും അത് ശ്രദ്ധിക്കാതിരുന്നത്. ഫൈസൽ വിചാരിച്ചു. ഫൈസലും ഹരിയും കാറിൽ നിന്നിറങ്ങി അങ്ങോട്ട് നടന്നു.

"അള്ളാ... ഇതൊരു പെൺകുട്ടിയാണല്ലോ."

രണ്ടുപേരും പരസ്പരം അല്പനേരം നോക്കി നിന്നു. എന്തു ചെയ്യണമെന്നറിയാതെ.

“സർ, എന്താണ് ചെയ്യാനാവുക?”

“നോക്കട്ടെ. പൊലീസിനെ അറിയിക്കണോ?”

“വേണ്ട, പിന്നീടാവാം.”

അവർ അതിന്റെ അരികിലേക്ക് ചെന്നു.

“ശ്വാസമുണ്ട്.”

ഫൈസൽ ആ പെൺകുട്ടിയെ പതുക്കെ മലർത്തിക്കിടത്തി. പരിചയമില്ലാത്ത മുഖം.

“ഇവൾക്കിതെന്തുപറ്റി?” ഫൈസൽ ആലോചിച്ചു.

“നമുക്ക് എടുത്ത് കാറിൽ കയറ്റിയാലോ?”

ഫൈസൽ ചിരിച്ചു. അവർ ആ പെൺകുട്ടിയെ എടുത്ത് കാറിലേക്ക് കിടത്തി.

“ഇന്നത്തെ ഫ്ളാറ്റ് സ്വാഹാ.” ഹരി ഉറപ്പിച്ചു.

അതു തന്നെയാണ് ഫൈസലും കരുതിയത്.

തിരിച്ച് ഫ്ളാറ്റിലെത്തുമ്പോഴേക്കും അവൾക്ക് ബോധം വന്നിരുന്നു.

സലീമയുടെ കാഴ്ചകളും തീവ്രവാദികളിൽനിന്ന് രക്ഷപ്പെട്ടതുമായ കഥകളും കേട്ട് ഹരിയും ഫൈസലും സ്തംഭിച്ചിരുന്നു.

ആ കഥ പറഞ്ഞ് നിർത്തിയപ്പോൾ ഫൈസലിന്റെ ചുണ്ടിൽ ഒരു ചിരി വിടരുന്നുണ്ടായിരുന്നു.

ഇനി നമുക്ക് ഒരുമിച്ചാകാം നാട്ടിലേക്കുള്ള യാത്ര എന്നായിരുന്നുവോ ആ ചിരിയുടെ അർത്ഥം? ഹരി കുസൃതിയോടെ ഫൈസലിനെ നോക്കി.

വംശീയകലാപത്തിന്റെ ഇര. ഫൈസൽ ഓർത്തു. ഒപ്പം മനുഷ്യവംശത്തിന്റെ ഗാഥകളും ഉള്ളിലുറഞ്ഞുകൂടി. ഇനി എന്ത് ദൗത്യമാണ് തനിക്ക് പൂർത്തീകരിക്കാനുള്ളത്?

ഏതോ നിയോഗത്തിന്റെ വാതിൽ തന്റെ മുന്നിൽ തുറക്കുന്നത് കണ്ട് ഫൈസൽ സലീമയുടെ അടുത്തേക്ക് ചെന്നു. ആ വിരലുകളിൽ തൊട്ടു.

ചില വിസ്മയചിഹ്നങ്ങൾ അവരുടെ ഞെരമ്പിലേക്ക് അപ്പോൾ പടരുകയായിരുന്നു.

■